Tìm Hiểu Thơ Thiền Việt Nam

NHƯ HÙNG

TÌM HIỂU THƠ THIỀN VIỆT NAM

CỘI NGUỒN & LOTUS MEDIA
Xuất bản 2020

TÌM HIỂU THƠ THIỀN VIỆT NAM

Tác giả: Như Hùng

Cội Nguồn Lotus Media xuất bản, 2020.

Bìa: Quảng Pháp – Uyên Nguyên

Trình bày: Tâm Thường Định và Nhuận Pháp

ISBN:

MỤC LỤC

LỜI THƯA

Tác phẩm *Tìm Hiểu Thơ Thiền Việt Nam* đến tay bạn đọc hôm nay như một lời tạ ơn duyên tri ngộ, và cũng là lời cáo lỗi vì đến muộn. Lẽ ra tác phẩm này góp mặt từ những thập niên trước, nhưng do đứa con tinh thần này lận đận, nên mãi hôm nay mới ra đời.

Hầu hết những vị thiền sư Việt Nam trước khi thị tịch đều để lại một bài thi kệ, đúc kết quá trình tu tập và chứng ngộ. Bên cạnh đó, còn có những thiền sư có khuynh hướng về văn chương, thi ca, với những lời thơ lồng lộng tung bay, thâm cao vi diệu, mở ra phương trời huyền nhiệm sáng tỏ, chuyên chở nội tâm giác ngộ siêu thoát. Ở đó, còn là những công án, mật ngôn, ẩn ngữ, những gởi trao linh hiện, khiến cho ta phải tư duy quán chiếu, dụng công thật nhiều, mới mong bắt gặp những nhắn bảo rộng sâu không cùng trong đó.

Những gì ghi lại trong tác phẩm này, suy cho cùng cũng chỉ là sự nhảy múa của tư tưởng chữ nghĩa. Một vài tiểu luận trong đây cũng đã được đăng tải từ trước, lần này có bổ sung một bài viết nữa, nay gom lại thành tập để bạn đọc tiện việc theo dõi. Dù đã cố gắng hết sức, nhưng không làm sao tránh khỏi sơ sót, kính mong chư vị Thiện Hữu Tri Thức hoan hỷ bổ khuyết cho những thiếu sót.

Muôn vàn đa tạ và biết ơn.

Kính cẩn

Như Hùng

THIỀN VÀ THI CA THI KỆ

Có người nói thi nhân là những thiên thần bị đọa xuống trần gian, nên phải làm thơ để mang yêu thương, ray rứt đến cho đời. Thi nhân là kẻ cố gắng khám phá ra những gì đang bị che dấu, khuất lấp trong thực tại, những gì yên ngủ bấy lâu được thi nhân khơi dậy, trang trải cho đời một khuôn mặt, một cách nhìn mới lạ. Thi sĩ đầy quyền năng sáng tạo, dệt nên thơ bằng đôi tay phù phép của mình, bằng cách vật lên, níu nó lại gần vừa tầm nhìn của đôi mắt, thổi vào đó một làn hơi, thêm vào đó một chút linh hồn, một sự sống, để nó vỗ cánh tung bay, mang đến cho đời những sắc hương, hay nhớ thương đến độ dư thừa.

Dòng sông không những là dòng sông với nước lững lờ trôi về muôn lối, với những chiều nhớ thương đưa tiễn mà còn là bến đò tiễn biệt cho kẻ ở người đi, cho vấn vương, sầu nhớ quyện lại đâu đây, cho nỗi buồn dai dẳng phủ kín không gian xa vắng. Đôi mắt của em không còn là đôi mắt "u uẩn chiều nhớ thương" mà còn là mặt nước hồ cho thuyền anh ghé bến.

"Mắt em là một dòng sông
Thuyền anh bơi lội trong vòng mắt em"

Nụ hôn đầu đời của tình yêu, không những nóng bỏng đê mê, để lại dấu ấn trong tâm hồn, mà còn là một thứ âm thanh vang vang vô tận trên bến bờ sinh tử.

"Lần đầu ta ghé môi hôn
Những con ve nhỏ hết hồn kêu vang"

Trần Dạ Từ

Không phải thi sĩ chỉ mang bấy nhiêu tâm sự đến cho ta, thỉnh thoảng còn mang những nỗi u hoài, giá buốt, khổ đau chồng chất lên nhau nữa.

"Sầu đong càng lắc càng đầy
Ba thu dọn lại một ngày dài ghê"

Nguyễn Du

Có phải đây là bộ mặt đích thực của cuộc đời, mà trong những lần rong ruổi cùng tử sinh, nó đã gắn trọn vào tận cùng tâm thức, bám theo ta trên mọi lối đi về? Thỉnh thoảng đâu đó trong ta một nỗi xót xa, một chút nhớ về, khi bóng hoàng hôn đổ xuống, khi nhớ thương dâng cao chồng chất, ta cứ mãi làm kẻ lang thang lê bước, cắm đầu theo mưa buồn nắng nhớ, chạy theo được mất hơn thua. Rồi những lúc thả hồn cho gió mây gặm nhấm, cho kẻ ở người đi, cho sầu mộng đong đầy, trên mọi nẻo đi về của biệt ly thương nhớ, cho tử sinh tìm về cố quận.

Nhiều lúc ta cảm thấy cuộc đời trở nên vô vị chán chường đau khổ, âu lo theo đó lớn dần và dâng cao khiến ta choáng ngợp, hụt hẫng trong sự phủ vây tứ bề cô quạnh. Cái có với cái không, cái còn với cái mất, cái danh với cái lợi, cái sinh với cái tử, như một bản hòa tấu quyện vào trong tận cùng tâm thức, khiến ta cứ thế mà nổi trôi mà hụt hẫng. Thỉnh thoảng trong ta có một năng lực nào đó muốn đẩy tung nó ra thì nó lại càng bám vào, cứ thế liên tục ta bị đục khoét, đào mòn không lời giải thích hay tiếc thương dù ta thừa biết đây chỉ là sản phẩm của tâm ý và suy tưởng. Ta chỉ có thể hất tung nó ra, khi nào trông thấy trọn vẹn được bản thể không thật của nó như một sự thế vào. Nhưng biết khi nào và bằng cách nào ta khám phá ra được? Không lẽ ta cứ mãi lê lết, rảo bước trong sự bất lực và mờ ảo của nhân sinh, trong sự thờ ơ câm nín và nỗi quạnh đau, phũ phàng của vô thường thổn thức?

Ta thử đọc hai bài thơ "Sơn Phòng Mạn Hứng", của thiền sư Trúc Lâm Trần Nhân Tông, để thấy sự phi thường ở những con người vượt thoát.

"Ai trói buộc chi tìm giải thoát?
Khác phàm đâu phải kiếm thần tiên
Vượn nhàn, ngựa mỏi, ta già lão
Như trước, am mây chốn tọa thiền".

"Phải trái rụng theo hoa buổi sớm
Lợi danh lạnh với trận mưa đêm
Hoa tàn, mưa tạnh, non im lắng
Xuân cỗi còn dư một tiếng chim".

Đỗ Văn Hỷ, dịch Thơ Văn Lý Trần tập 2

(Thùy phọc cánh tương cầu giải thoát
Bất phàm, hà tất mịch thần tiên
Viên nhàn mã quyện nhân ưng lão
Y cựu vân trang nhất tháp thiền).

(Thi phi niệm trục triêu hoa lạc
Danh lợi tâm tùy dạ vũ hàn
Hoa tận vũ tình sơn tịch tịch
Nhất thanh đề điểu hựu xuân tàn).

Bước đi của con người vốn là bước đi trong cô tịch, hoang liêu trên bến bờ sinh tử; lộ trình nào có bước chân con người đi qua đều in dấu trên từng tâm khảm. Thơ được kể như dòng nước tươi mát trên lộ trình đó, và hành trình nào cũng đong đầy những ngang trái, bẽ bàng, cô liêu hay hoa thơm cỏ lạ, đều tùy vào sự khởi đầu hay chung cuộc cho từng bước đi. Đi trong hoàng hôn tái tê, đi trong bình minh ấm áp, hay đi trên lối về của muôn hoa, không còn nằm ở chỗ đi mà đi là gì, làm gì và tại sao? Một bài thơ tuyệt diệu, một tâm thức bùng vỡ đạt đến đỉnh cao, chắc hẳn không đi qua chặng đường suy luận của ý thức sai biệt, của có không, mà từ sự tỉnh thức trong mọi vận hành hoạt dụng, vượt lên trên cõi thông tục, cõi ấy là tâm giác ngộ.

"Giác ngộ thân tâm vốn lặng yên
Thần thông các tướng biến hiện tiền
Hữu vi vô vi từ đây có
Thế giới hà sa không thể lường
Tuy nhiên đầy khắp cõi hư không
Mỗi mỗi xem ra chẳng tướng hình
Muôn đời ngàn đời nào sánh được
Chốn chốn nơi nơi thường rạng ngời".

Thiền Sư Cứu Chỉ
Thiền Sư Thích Thanh Từ dịch

(Giác liễu thân tâm bản ngưng tịch
Thần thông biến hóa hiện chư tướng

Hữu vi vô vi tùng thử xuất
Hà sa thế giới bất khả lượng
Tuy nhiên biến mãn hư không giới
Nhất nhất quan lai một hình tượng
Thiên cổ vạn cổ nan tỷ huống
Giới giới xứ xứ thường lãng lãng).

Thiền sư, cũng từ những cánh cửa mầu nhiệm của thơ, nâng quan cảm của mình trở thành sự thể nhập, sự đồng cảm của tâm thức, sống và thở như chính nó, trong sự chiêm nghiệm mãnh liệt của tỉnh thức, để từ đó mở ra cái lẽ biến dịch vô thường của tạo hóa. Bằng lời cảnh tỉnh sáng soi thực ngộ, nhắn gởi đến con người đang sống trong thế giới mộng mị, thống khổ phủ vây. Bên cạnh sự biến đổi của vô thường khổ đau ấy, vẫn còn ý nghĩa đích thực của chân thường, của an lạc giác ngộ.

Không hất tung xô đẩy chuyển hóa cái này thì làm sao cái kia hiển lộ; không thong dong, tự tại, vượt lên buông bỏ, thoát ra, thì làm sao trông thấy bản thể như thật của muôn loài?

"Cõi trần vui đạo hãy tùy duyên
Đói cứ ăn no, mệt ngủ yên
Báu sẵn trong nhà, thôi khỏi kiếm
Vô tâm trước cảnh hỏi gì thiền".

Thiền Sư Trúc Lâm Trần Nhân Tông
Huệ Chi dịch, Thơ Văn Lý Trần, tập 2 trang 510

(Cư trần lạc đạo thả tùy duyên
Cơ tắc xan hề khốn tắc miên
Gia trung hữu bảo hưu tầm mịch
Đối cảnh vô tâm mạc vấn Thiền).

Thơ, ý nghĩa của sự sống, vận dụng tất cả những hình tượng biến thành biểu tượng, đưa quan cảm tìm tới đích để liên tục gõ nhịp. Đây không thuộc phạm trù tỷ giảo giữa biểu tượng hoặc cảm xúc, bởi lẽ hai thế đó không bao giờ tách rời ra để tồn tại, nó quyện lại với nhau, như hoa với hương, như bóng với hình. Nó là cái đích mà thơ cần phải đạt đến, chứ không phải chặng đường tìm đến, vì khi tìm ta đã lạc lối hoang sơ, đi vào mê lộ, không khác gì khi ta quay lưng lại với đời sống để nhìn vào một lối duy nhất, trong khi cuộc đời vẫn tiếp tục vận hành ở những dạng thái và lối mòn khác nhau. Làm sao ta có thể đưa quan cảm thoát ra, để dệt thành lời thơ trong sự bay bổng tuyệt diệu của tâm thức? Có phải thơ là sự chắp nối của nghệ thuật hoang tưởng, và là sự biến dạng cùng quẫn nào đó của đời sống, hay những tư tưởng nổi loạn bí lối; và có phải đó là sự đè nén, trá hình về một thế giới hình dung tưởng? Có thể những điều này tạo nên sự có mặt của thơ, tuy nhiên trên tất cả thơ là vùng đất nằm thâm sâu trong tâm ý, khi nào đạt đến trạng thái tuyệt cùng thì nàng thơ mới chợt trổi dậy, làm cuộc lên đường đi đến bản thể vô cùng.

Thi ca vốn không có biên giới, không phạm trù ngôn ngữ, chỉ có quyền năng của thi nhân thoát ra bay bổng trên từng hiện hữu, biến tiểu ngã thành đại ngã, biến cái riêng của mình thành chung của vạn hữu, biến cảm xúc của mình thành chất liệu muôn thơ. Thơ thiền khởi đi trong sự thể nhập vô cùng nào đó của tâm cảnh, vượt ra ngoài thời không về nơi có không vô tận.

"Xoay mình một nén vượt ra lồng
Muôn sự đều không, nhập mắt không
Ba cõi thênh thang, lòng sáng rỡ
Trăng Tây vừa lặn, nhú vầng Đông".

Tuệ Trung Thượng Sĩ
Đào Phương Bình dịch

(Phiên thân nhất trịch xuất phần lung
Vạn sự đô lô nhập nhãn không
Tam giới mang mang tâm liễu liễu
Nguyệt hoa Tây một nhật thăng Đông)

Thiền sư vượt lên tất cả, truy tìm ra căn nguyên cấu tạo của muôn vật, đưa tâm thức thoát ra ngoài tử sinh, phiền não, hạnh phúc khổ đau. Thong dong tự tại đi vào cuộc đời vô thường, biến hiện như đi vào cõi thơ mênh mông sâu thẳm. Thiền giúp ta mở tung từng hiện thể, khiến ta tỉnh thức, thoát ly ra ngoài thực trạng, buông bỏ tất cả để không bận lòng, bước vào vườn hoa Thiền với muôn ngàn vẻ đẹp, linh hiện, hòa nhập cùng đất trời, trong sự tuyệt diệu của muôn hoa.

"Thân như tường vách đã lung lay
Đau đáu người đời luống xót thay
Nếu đạt tâm không, không tướng sắc
Sắc không ẩn hiện mặc vần xoay".

Viên Chiếu Thiền Sư
Thiền Sư Thích Thích Thanh Từ dịch

(Thân như tường bích dĩ đồi thì
Cử thế thông thông thục bất bi
Nhược đạt tâm không vô sắc tướng
Sắc không ẩn hiển nhậm suy di).

Năng lực của thiền còn giúp cho ta mở ra con mắt trí huệ, một khi có được con mắt này chiếu rọi, tất cả đều phải phơi bày, hiện nguyên hình bản thể như thật. Từ năng lực tàn phá của thời gian đến những hiển hiện phi thực ở trong tận cùng tâm ý. Từ những lôi kéo chạy theo mộng huyễn tử sinh, đến những thể nhập trong vô cùng, đều nhờ con mắt huệ này giúp ta bừng lên ánh sáng tuyệt luân, soi thẳng chọc thủng vào màng đen của vô minh, trong tức khắc của sát na nào đó và ta bùng lên giác ngộ. Công năng của thiền còn mang đến cho ta sự hạnh phúc an lạc, cho dù tác tạo ta vẫn thong dong trên mọi lối đi về của sinh tử, một cuộc sống không có khởi đầu hay kết thúc, bay bổng ra ngoài suy tư luận bàn nhân thế, đâu đó chỉ có tự tại trong sự tái sinh và chuyển tiếp, trong sự linh hiện vượt thoát ra ngoài càn khôn.

"Đã có gì cũng có
Khi không gì cũng không
Khi có không nhào xuống
Mặt trời mọc đỏ hồng".

Tông Diễn Thiền Sư .
Nguyễn Lang dịch, Việt Nam Phật Giáo Sử Luận 2, trang 174

(Ưng hữu vạn duyên hữu
Tùy vô nhất thiết vô
Hữu vô câu bất lập
Nhật cảnh bổn đương bô).

Thiền sư, khởi đi từ những âm hưởng mầu nhiệm nào đó của thi ca, thôi thúc gõ nhịp liên tục lên tâm thức nốt nhạc vô thường, sinh tử, khổ đau để đánh thức thực tại, thăng hoa tâm thức giác ngộ của mình. Sống và thở như chính nó, từ đó mở tung cái lẽ biến dịch vô thường của tạo hóa, con người, đau khổ, hạnh phúc, mê mờ, giác ngộ, thành sự thể nhập tự tại trong cõi mênh mang, có không, vô cùng.

"Pháp cũng như vô pháp
Không hữu cũng không không

Nếu đạt được lẽ ấy
Chúng sanh với Phật đồng
Trăng Lăng Già lặng chiếu
Thuyền vượt biển trống không
Không cũng không như có
Định tuệ chiếu vô cùng".

Thiền Sư Huệ Sinh
Nguyễn Lang dịch, Việt Nam Phật Giáo Sử Luận 1, trang 126

(Pháp bản như vô pháp
Phi hữu diệc phi không
Nhược nhân tri thử pháp
Chúng sanh dữ Phật đồng
Tịch tịch Lăng Già nguyệt
Không không độ hải chu
Tri không không giác hữu
Tam muội nhiệm thông châu).

Có những lúc ta phải thức khuya dậy sớm không ngủ nghỉ, bắt nhịp theo tâm thức của mình, thơ là điều khởi nên của những bắt nhịp đó. Từ âm thanh màu sắc, những nổi trôi biến dạng, đẹp xấu, thơ mộng, hay thương đau. Nó tựa như dòng nước len lỏi qua từng ngõ ngách, thấm sâu vào từng kẽ hở để trưởng dưỡng nuôi sống muôn loài. Tất cả quyện lại với nhau, đẩy xô, hài hòa với nhau và thơ chợt trỗi dậy cất nên lời ca trong sự thơ mộng cô liêu, hay những ngang trái đong đầy. Điều này hoàn toàn nằm sẵn trong tâm thức của thi nhân trước khi thơ được cất bước hình thành.

Bài thơ được kể như hay, mang nhiều ý nghĩa là bài thơ đứng trước hai đầu, hai nỗi của hạnh phúc hay thương đau, diễn tả trọn vẹn thực thể của hai vấn đề trên, không những chỉ có cảm giác, thức giác mà còn vận dụng đến tâm giác. Đẩy sự rung động không phải chỉ ở trong rung động, mà hóa thân bay bổng ra ngoài, để thi nhân còn cơ hội xúc tác ngắm nhìn nâng niu, trước khi lời thơ cất lên đi về nơi vô tận. Thi nhân là kẻ rung động trước sự rung động của con người, nhưng là kẻ đi sau của mỗi lời thơ gợi nhớ. Thơ không chỉ là những dòng chữ, những lời ca, những điệp khúc, những dệt nên, mà là một linh hồn ẩn chứa, gởi gắm, những yêu thương chan hòa cho con người và muôn vật.

Sự gặp gỡ giữa thiền sư và thi sĩ có chung điểm tương đồng, đó là khơi dậy sự ngủ say của muôn vật, bằng những rung động trăn trở của mình; và hình thành lời thơ là cơn vượt thoát, chấn động tâm não. Quá trình bắt nhịp tạo nên thơ, đều bước qua ngưỡng cửa màu sắc âm thanh, của thời không, của thiên nhiên, đối tượng, con người, của sinh tử và giác ngộ. Từ đó, đắm chìm trong tư duy, để bắt nhịp đi vào cõi thơ nơi vĩnh cửu, để hoa giác ngộ nở rộ trên lối đi về.

Ở đây thơ không những được hiểu như năng lực sáng tạo, mà còn như cảm quan bùng vỡ tuôn trào, đồng lúc với "gảy mỗ" - một thuật ngữ quan trọng trong thiền, một khi sự vật nở tung hiển lộ tròn đầy đồng nhất. Nó không còn nằm ở biên giới giữa cái này với cái kia, giữa đối tượng và con người mà trở thành hợp thể vô phân nguyên vị, không có chủ thể, khách thể, tâm cảnh, sắc không.

"Tuổi trẻ chưa tường lẽ sắc không
Xuân sang, hoa nở, rộn tơ lòng
Chúa xuân nay đã thành quen mặt
Nệm cỏ ngồi yên ngó rụng hồng".

Thiền sư Trúc Lâm Trần Nhân Tông
Ngô Tất Tố dịch

(Niên thiếu hà tằng liễu sắc không
Nhất xuân tâm tại bách hoa trung
Như kim khám phá đông hoàng điện
Thiền bản bồ đoàn khán trụy hồng).

Ngoài những sai sử, tác động, dệt nên trên lối mòn của ý thức khi nhận định về thơ, khó có dịp ta tìm ra ý nghĩa chung cuộc đúng mức, bởi lẽ có mấy ai thật sự rung động bằng khối óc con tim, bằng sự vượt thoát trên từng hiện hữu, như thi nhân đã từng rung động và nếu có thì chắc gì hiểu trọn vẹn được ý thơ? Tuy vậy chỗ đứng của thi nhân vẫn tuỳ thuộc vào mức độ cảm xúc trong tâm hồn, sự thức tỉnh, giác ngộ trong tâm ý, đó cũng là thước đo khi thơ hiện hình. Ý có dồi dào thơ mới đến đích; tư duy có chín mùi, hồn thơ mới thật sự sống dậy.

Thơ là sự trãi bày dệt nên từ cảm xúc, ta không thể dùng ý thức năng động sai biệt để chuyên chở, như thế hồn thơ sẽ trở nên tức tưởi, đóng khung, nhốt kín theo chiều hướng sai sử, tạo dựng nào đó trong ta. Tuy vậy, ta chỉ là kẻ lần theo dấu vết cảm xúc của thi nhân để bắt nhịp thưởng ngoạn, khi nào chưa biến quan cảm của mình trở thành cảm quan của thi nhân, chưa thể nhập vào vô cùng, chưa vượt thoát ra ngoài biến động nổi trôi, ta vẫn là kẻ lang thang đứng ngoài cuộc chơi, đưa tiễn chính mình về nơi vô tận của có không.

"Muôn pháp về không, không thể nương
Chơn như lặng lẽ hiện tỏ tường
Thấu tột nguồn tâm không chỗ chỉ
Nước tâm bóng nguyệt bặt nghĩ lường".

Tịnh Giới Thiền Sư
Thiền Sư Thích Thích Thanh Từ dịch

(Vạn pháp qui không vô khả y
Quy tịch chơn như mục tiền ky
Đạt ngộ tâm viên vô sở chỉ
Thủy tâm thủy nguyệt dẫn tâm nghi).

Thi ca ẩn tàng và có mặt trong tất cả mọi sinh thể, dù lặng yên như gỗ đá, hay phơi bày vẻ đẹp trước muôn hoa, nó ở đó chôn mình trong hố thẳm hoang sơ, hay lặng lẽ bồng bềnh theo mây trời lãng đãng. Tất cả được nhà thơ vực dậy, trao cho nó một sức sống, thế là nó bùng lên vỗ cánh tung bay mang hương sắc đến cho đời. Điều khó là làm sao cho nó thức dậy mà không gây thương tổn nào trong tâm thức, và nó trở mình như thế nào trong ý nghĩa cùng tuyệt?

Đây là chặng đường gần giống với thiền, nhằm đánh thức cái tâm giác ngộ tàng chứa trong mỗi chúng ta, nhưng không gây nên sự xung đột, chiến tranh, khủng hoảng tâm lý. Dĩ nhiên cung cách khơi dậy tùy thuộc vào những thôi thúc, những cưu mang, ẩn chứa, thăng hoa của thi sĩ mà thơ mang những âm hưởng khác nhau. Chặng đường của có có, không không, phiền não và niết bàn, khổ đau và hạnh phúc, tất cả rồi sẽ như "bóng nguyệt lòng sông".

"Có thì có tự mảy may
Không thì vũ trụ này cũng không
Có không: bóng nguyệt lòng sông
Cả hai tuy vậy chẳng không chút nào".

Thiền Sư Từ Đạo Hạnh
Nguyễn Lang dịch, Việt Nam Phật Giáo Sử Luận 1, trang 127

(Tác hữu trần sa hữu
Vi không nhất thiết không

Hữu không như thủy nguyệt
Vật trước hữu không không).

Con người sinh ra lớn lên, không phải chỉ có đối diện với khổ đau, hạnh phúc, không phải chỉ có đấu tranh sinh tồn, không phải mải mê làm cuộc cách mạng đập phá. Trên tất cả sự có mặt của con người là làm tăng thêm vẻ đẹp thơ mộng thiên nhiên đất trời, cỏ cây hoa lá đã hào phóng ban tặng. Thi ca ghi dấu chặng đường tâm ý, trên hành trình vạn nẻo dong ruổi của tử sinh, trong một giây phút bất chợt cảm tác cao độ nào đó, thi nhân đã bắt nhịp, trao gởi lời thơ đến cho đời.

Dĩ nhiên không phải sự bắt gặp nào cũng thơ mộng, và chặng đường nào cũng đầy hoa thơm cỏ lạ ngập lối đi, và càng không phải tâm tư nào cũng đong đầy yêu thương, hạnh phúc. Nhưng có vẻ đẹp nào không tàn phai theo năm tháng, hình hài nào không in đậm nét thương đau, tâm tư nào không chất đầy trĩu nặng?

Khi nào tâm thức chưa chuyển hóa, khi nào biên kiến tư tưởng chưa phá vỡ, khi nào khổ đau còn phủ ngập trên lối đi về thì tất cả đều trở nên vô nghĩa, như chính sự vô nghĩa nào đó mà đêm ngày ta đang đối diện thở than.

"Một thân nhàn nhã dứt muôn duyên
Hơn bốn mươi năm những hão huyền
Nhắn bảo các người đừng gạn hỏi
Bên kia trăng gió rộng vô biên".

Thiền Sư Pháp Loa
Nguyễn Đức Vân dịch

(Vạn duyên tuyệt đoạn nhất thân nhàn
Tứ thập dư niên mộng ảo gian

Trân trọng chư nhân hưu tá vấn
Ná biên phong nguyệt cánh hoàn khoan).

Dù bên cạnh những khổ đau ngang trái chồng chất ấy, thỉnh thoảng trong ta vẫn cảm nhận ra được muôn ngàn vẻ đẹp đang ngự trị, phảng phất đâu đây. Nếu có cơ may trông thấy vẻ đẹp ấy một lần, và từ lần ấy ta quyết nắm bắt duy trì đừng để nó vụt mất, hoặc tạo cơ hội cho những biến động khác chen vào tước đoạt khiến ta phải hối tiếc. Đó cũng là cách ta tiếp cận phần nào sự tỉnh thức an lạc, nếu từ giây phút ấy kéo nó lại gần vỗ về, ôm ấp chiêm nghiệm, hòa cùng với đất trời cây cỏ, phổ nên bản nhạc trần gian. Như có lần thiền sư Không Lộ (?- 1119) cất lên tiếng ca trong tứ bề cô quạnh, làm lạnh cả đất trời, tái tê cõi nhân gian sâu thẳm.

"Kiểu đất long xà chọn được nơi
Tình quê lai láng chẳng hề vơi
Có khi xông thẳng lên đầu núi
Một tiếng kêu vang lạnh cả trời".

Thiền Sư Không Lộ
Kiều Thu Hoạch dịch

(Tuyển đắc long xà địa khả cư
Dã tình chung nhật lạc vô dư
Hữu thì trực thướng cô phong đỉnh
Trường khiếu nhất thanh hàn thái hư).

Tiếng kêu vang dội khủng khiếp ấy khiến mọi cơ năng, mọi suy tư trong ta ngưng đọng giật mình bừng tỉnh, đâu đó chỉ có núi non trùng điệp chồng chất lên nhau. Đâu đó chỉ có mây trời thong dong lơ lửng trên từng đỉnh đồi sương khói; đâu đó chỉ có âm vang vô tận của sinh tử và niết bàn. Đỉnh cao mà thiền sư Không Lộ bước lên trên muôn vạn núi đồi ấy, có phải đó là đỉnh cao của ý thức, của tâm cảnh đang cưu mang, chất đầy những phiền não trong ta?

Có những lúc muôn ngàn âm thanh quái đản cất lên vẫn chưa làm cho kẻ đối diện run sợ, nhưng có lúc chỉ một tiếng kêu và tiếng ấy xoáy thẳng đánh vào trong tận cùng tâm điểm, khiến ta hoang mang bí lối trước những nổi trôi sinh tử trong cuộc đời, nó làm khô cạn dòng ý thức sinh diệt đang cháy bỏng ở trong ta. Một khi tiếng kêu này cất lên, đẩy lùi sự sai biệt của ý thức, của phiền não tham sân si, tống khứ, xoáy thẳng vào trong tận cùng tâm thức, phá vỡ mộng huyễn tử sinh. Chỉ còn lại âm vang điệp khúc dồn dập, đánh phá liên tục để giác ngộ có cơ may thức dậy.

Bước chân đi về đâu, lên thác xuống ghềnh khi khổ đau, phiền não vẫn còn đè nặng? Làm sao bước đi ấy không còn dọ dẫm, lo sợ bị tước đoạt, đánh mất, và làm sao cất lên là phóng đến đích? Vẫn còn là bí mật phong kín muôn lối, như sự câm nín nào đó ở trong ta.

Bài thơ của Thủy Nguyệt thiền sư dưới đây, như dòng nước thanh lương tưới mát tâm hồn khi đắng cay đang gặm nhấm.

"Núi sông dệt gấm vẽ tranh
Từ nơi suối ngọc chảy thành sữa thơm
Trên bờ oanh hót hoa vàng
Dưới sông cá lội từng đàn thẫn thơ
Ông chài ngủ dưới trăng mơ
Nong tằm phơi nắng hè trưa nực nồng".

Thủy Nguyệt Thiền Sư
Nguyễn Lang dịch, Việt Nam Phật Giáo Sử Luận 2, trang 173

(Sơn chức cẩm thủy họa đồ

Ngọc tuyền dũng xuất bạch đà tô
Ngan thượng hoàng hoa oanh lộng ngữ
Ba trung bích thủy điệp quần hồ
Nguyệt bạch đường đường ngư phủ túy
Nhật hồng cảnh cảnh kiển ba phô).

Hình ảnh đẹp là hình ảnh ông chài ngủ dưới trăng mơ, ông quên đi tất cả mọi ưu phiền, quên luôn cả việc ông phải làm, ông ngủ một giấc dài không trăn trở, lấy âm vang sóng nước thành điệu nhạc du dương đưa hồn ông vào giấc ngủ bình yên không mộng mị; và trên kia vầng trăng soi sáng, như tấm chăn thời không sưởi ấm hình hài trong sự phủ vây của vô thường sóng nước.

Thiền sư là kẻ nắm bắt đo lường được vận tốc của tư tưởng, làm chủ được cảm xúc, để từ đó nâng lên bình diện cao mà thời gian không đụng đến được. Nhờ vén mở cái tâm thức giác ngộ, không nằm ở giai tầng phân biệt, đối đãi, nên tử sinh phiền não đành chào thua, thong dong tự tại, rong chơi trên mọi nẻo luân hồi.

"Xăm xăm cát bụi bước vào vòng
Vàng óng đầu mi, rướn rướn trông
Bụng ngựa rong chơi, này xóm Bắc
Thai lừa lạc bước, nọ nhà Đông
Trâu bùn chạy tuốt, roi vàng đuổi
Cọp đá lôi về, giây sắt giong
Rồi một ngày mai băng giá hết
Trăm hoa như cũ, gió xuân nồng".

Tuệ Trung Thượng Sĩ
Huệ Chi dịch, Thơ Văn Lý Trần, tập 2 trang 248

(Thiều thiều khoát bộ nhập trần lai
Hoàng sắc my đầu đỉnh đỉnh khai

Bắc lý ưu du đầu mã phúc
Đông gia tán đản nhập lư thai
Kim tiên đả sấn nê ngưu tẩu
Thiết sách khiên trừu thạch hổ hồi
Tự đắc nhất triêu phong giải đống
Bách hoa nhưng cựu lệ xuân đài).

Thơ, không chỉ có nhịp đập của con tim, sự hoạt dụng của khối óc mà còn phủ vây nhiệm mầu của hơi thở, cảm thọ của sự sống. Cái khó của thi sĩ, làm sao đưa tri cảm kẻ thưởng ngoạn xúc tác được với sự vật, để bắt gặp cung nhịp, như thi nhân đã từng nhắn gởi. Khi nào nhận chân được giá trị tận cùng đích thực của sự sống, cũng là lúc buông bỏ hết mọi ưu phiền, quên đi tất cả sự lừa dối biến dạng của ý thức, trải lòng từ bi trên muôn vật, và truy tìm ra căn nguyên của khổ đau để tìm phương vượt thoát. Làm sao đạt được cái tâm bình thường không đắm nhiễm, không nằm ở nơi được mất hơn thua, cái tâm vô phiền, còn gọi là vô tâm?

"Khi mê thấy không sắc
Khi ngộ hết sắc không
Sắc không và mê ngộ
Xưa nay một lẽ đồng
Vọng hiện tam đồ hiện
Chân thông ngũ nhãn thông
Tâm niết bàn tĩnh lặng
Biển sinh tử ngàn trùng
Không sinh cũng không diệt
Không thỉ cũng không chung
Chỉ cần bỏ nhị kiện
Thực tại lộ hình dung".

Tuệ Trung Thượng Sĩ
Nguyễn Lang dịch, Việt Nam Phật Giáo Sử Luận 1, trang 293

(Mê khứ sanh không sắc
Ngộ lai vô sắc không
Sắc không mê ngộ giả
Nhất ly cổ kim đồng
Vọng khởi tam đồ khởi
Chân thông ngũ nhãn thông
Niết bàn tâm tịch tịch
Sinh tử hải trùng trùng
Bất sanh hoàn bất diệt
Vô thỉ diệt vô chung
Đản năng vong nhị kiến
Pháp giới tận bao dung).

Thơ bước đi từ ý niệm, từ cảm xúc nhưng nếu cảm xúc đơn thuần không đưa tri giác ra ngoài vùng cấm thì thơ chỉ dừng ở một định ước nào đó, có thể nhờ ảo tưởng nâng cấp mãnh liệt, nên thơ vượt lên bình diện cao mà ta tạm gọi nghệ thuật về ảo tưởng. Điều quan trọng với thiền sư, thi sĩ, từ những gì mà ta cho là hoang tưởng không thật đó biến thành thật, từ mê mờ đưa đến tỉnh thức giác ngộ. Đây là bí quyết nhà thơ có được; những gì ta cho là hoang tưởng, có thể do mức độ tư duy của ta chưa đạt đến tận cùng, tri giác của ta chưa rời vùng cấm, ý thức của ta chưa ngưng tụ, và thường đóng khung trong lối mòn suy luận. Những gì tầm thường nhất cũng có thể cao siêu nhất và những gì cao siêu biết đâu lại tầm thường? Vấn đề ở chỗ, dù tầm thường hay cao siêu, là khi tâm thức của ta có thật sự giác ngộ được cái cao siêu hay tầm thường ấy? Quật tung khoảng cách này lên không phải một sớm một chiều và ai cũng có thể làm được. Chỉ có những thiền sư, những hành giả làm chủ được tâm ý mới đủ năng lực vô cùng đó.

"Nhạn bay ngang trời
Bóng chìm đầm lạnh
Nhạn không có ý để lại dấu tích
Nước không có ý lưu giữ bóng hình".

Hương Hải Thiền Sư
Nguyễn Lang dịch, Việt Nam Phật Giáo Sử Luận 2, trang 140

(Nhạn quá trường không
Ảnh trầm hàn thuỷ
Nhạn vô di tích chi ý
Thủy vô lưu ảnh chi tâm).

Chiếc bóng chim bay qua sóng nước sẽ chìm khuất trong cõi mênh mông, vô cùng, chim chẳng cần lưu lại dấu, nước chẳng một lần thuỷ chung ôm giữ, tất cả chỉ là mối tương duyên tương hợp của đến đi không nắm bắt. Con người đi qua không biết bao nhiêu núi đồi thung lũng, không biết bao nhiêu cảnh đẹp muôn màu, tâm thức dong ruổi, từ nơi này đến nơi khác, trong từng sát na sinh diệt, nên mãi trôi nổi trong vòng luân hồi đau khổ. Thời gian vẫn là chứng nhân của từng hiển hiện ấy, dù con người khám phá ra vũ trụ, tìm tới đỉnh cao của thiên nhiên, nhưng vẫn bất lực trong việc chinh phục tư tưởng, làm chủ tâm ý và tham sân si, nên mãi cuốn hút vào vòng xoáy của sự biến động trôi lăn trong triền phược. Làm sao ta có thể nắm giữ, làm chủ được chính ta, và thoát ra ngoài vòng luẩn quẩn, để lối vào tâm thức thêm đẹp, và thơ mộng như ý nghĩa uyên nguyên, ban sơ, vô cùng nào đó?

"Ngày tháng xoay vần xuân lại thu
Xăm xăm tóc bạc đáp lên đầu
Giàu sang, nhìn lại một trường mộng

Năm tháng mang theo vạn hộc sầu
Nẻo khổ luân hồi xe chuyển bánh
Sông yêu chìm nổi tợ phù âu
Gặp trường chẳng chịu sờ lên mũi
Vô hạn duyên lành chỉ thế thôi".

Tuệ Trung Thượng Sĩ
Thiền Sư Thích Thích Thanh Từ dịch

(Tứ tự tuần hoàn xuân phục thu
Xâm xâm dĩ lão thiếu niên đầu
Vinh hoa khẳng cố nhất trường mộng
Tuế nguyệt không hoài vạn hộc sầu
Khổ thú luân hồi như chuyển cốc
Ái hà xuất một đẳng phù âu
Phùng trường diệt bất mô lai tỷ
Vô hạn lương duyên chỉ ma hưu).

Những ngộ nhận, hay đóng khung thiền vào tháp ngà của tư duy, là mốt của thời thượng, là quái thai biến chứng nổi loạn của tư tưởng, là một cái gì đó mà ý thức không bắt kịp, và càng không thể dùng thiền như là một sự bày biện trang sức cho tư tưởng. Những ước đoán đó đều bị thiền khước từ đẩy bung vào hố thẳm tịch liêu. Chưa một ai và sẽ không một ai có đủ thẩm quyền để khoác lên thiền một định nghĩa. Bởi lẽ thiền vốn vô ngôn chỉ có diệu dụng, và sự khai mở trí tuệ, hành mà vô hành, một sự tĩnh lặng toàn triệt, bặt hết nổi trôi của ngôn từ, ý niệm. Thiền khơi mở cho ta ý nghĩa đích thực của tâm thức giác ngộ, chỉ cho ta sự thức tỉnh vẹn toàn, thôi thúc giúp ta gõ nhịp liên tục, để trông thấy bộ mặt như thật của sinh diệt. Từ đó mở ra khung trời tâm linh tươi sáng mà phiền não khổ đau đành chào thua bất lực.

"Hoa nở xuân mới đến
Lá rụng liền biết thu
Đầu cành sương đọng ngọc
Trên lá tuyết thành châu
Buổi sáng trời quang vẩy rồng hiện
Xế trưa mây tạnh có voi chầu
Vằn cọp ngoằn ngoèo một thứ
Phượng bầy thể tính như nhau
Pháp của Đạt Ma có gì lạ?
Lênh đênh mặt biển cánh hoa lau".

Tông Diễn Thiền Sư
Nguyễn Lang dịch, Việt Nam Phật Giáo Sử Luận 2, trang 174-175

(Hoa khai xuân phương đáo
Diệp lạc tiện tri thu
Chi đầu sương oánh ngọc
Ngạc thượng tiết liên châu
Thanh thần vân tán sản long giáp
Bạch nhật hà quang lõa tượng khu
Báo văn tuy kiến nhất
Phụng chúng thể toàn câu
Đạt Ma tây lai truyền hà pháp?
Lô hoa thiệp hải thủy phù phù).

Con người sáng tạo ra thơ, nhưng đối tượng mới chính là thơ, là chất liệu khiến thi nhân bật dậy cảm xúc. Bởi lẽ sự hình thành bài thơ trước hết phải dùng đến cảm xúc, vay mượn đến ngữ ngôn, đến hình ảnh, thì thơ mới hiện hình. Nhưng với một thiền sư đúng nghĩa, một nhà thơ siêu nghệ thuật, khi nhìn muôn vật tức khắc họ trông thấy ngay cái bản thể linh hiện, tuyệt diệu nằm sẵn ở đó, mà không cần đi qua chặng đường sai sử của ý thức. Nhờ huân tập và nhận chân ra được ý nghĩa ban sơ của vô cùng, từ đó khơi mở, vén lên để nó được hiển lộ tròn đầy, đồng nhất, xuyên qua phương tiện của ngữ ngôn. Bởi lẽ cảm xúc và rung động vẫn bị giới hạn, ngôn ngữ bị vô thường chi phối, ý thức luôn sai sử tác động bởi vô minh, phiền não. Vì thế, ta dễ bị lẫn lộn và phần nhiều ghi lại những biến động hưng khởi của vòng tương duyên, tương hợp.

"Lìa tịch mới bàn câu tịch diệt
Được vô sanh, sau nói vô sanh
Làm trai có chí xông trời thẳm
Chớ dẫm Như Lai vết đã qua".

Thiền Sư Quảng Nghiêm
Thiền Sư Thích Thanh Từ dịch

Nếu thơ là sự phục hoạt vận hành nào đó của sự vật, thì thiền khơi dậy sự bất biến trong ý nghĩa thường hằng của sự vật. Một bên cố gắng khơi dậy sự ngủ yên của muôn vật, đưa tâm trạng và cảm xúc của mình để hình thành, và dừng lại ở đó. Còn bên kia cũng biến cảm xúc của mình, nhưng mở tung thực thể ẩn chứa sâu thẳm bên trong, lôi kéo, phơi bày ra ngoài để nhìn ngắm, quán chiếu và tìm phương vượt thoát. Vì lẽ đối tượng của thơ thiền là tâm cảnh, tử sinh, giác ngộ, một sự giác ngộ trọn vẹn về thể tánh tàng chứa ở con người và muôn vật.

"Học đạo mênh mang ai có hay
Gạch đem mài gạch nhọc nhằn thay
Cửa người anh hãy thôi nương dựa
Một ánh xuân về hoa đó đây".

Tuệ Trung Thượng Sĩ
Đỗ Văn Hỷ dịch, Thơ Văn Lý Trần tập 2, trang 233

(Học giả phân phân bất nại hà
Đồ tương linh đích khổ tương ma
Báo quân hưu ỷ tha môn hộ
Nhất điểm xuân quang xứ xứ hoa).

Thơ thiền không nằm ở lằn ranh định mức, không chịu sức ép của tư tưởng và càng không thể dùng tâm phân biệt để định hướng. Nó phá vỡ mọi cấu tạo của ý thức, đập tan những ngăn cách, giới hạn về tư tưởng; là sự bay bổng tâm thức ra ngoài, lật tung xoá nhoà chặng đường dấu vết. Bước đi tận cùng của thi ca là đạo ca, con đường đi đến bản thể như thật. Nhưng tất cả cuối cùng đều trở về uyên nguyên của khởi đầu và kết thúc, một sự lặng thinh bao trùm lên cõi có không vô tận.

CÕI THƠ
THIỀN SƯ HUYỀN QUANG

Có thể nói khởi đi của thơ bắt nguồn từ thi kệ, hầu hết thiền sư đều là những nhà thi sĩ vĩ đại. Ở đây thơ được hiểu là sự tuôn trào không biên giới khi chọc thủng vào tận cùng đối tượng, đẩy nó bay bổng ra ngoài suy tưởng để vụt khởi. Chặng đường này không khởi đi từ ý niệm, bởi lẽ ý niệm không bao giờ rượt kịp theo đối tượng, có thể ý niệm phủ trùm và quyết đoán về một cái gì và điều ấy không hẳn là đối tượng. Khi đề cập về cái gì, tức còn đứng bên ngoài để nhìn ngắm, như vậy chỉ mới trông thấy bóng dáng giả hợp trải dài của sự vật. Đây là lối mòn thông tục thường xuất hiện ở trong ta, nếu đứng từ ngoài thì làm sao trông thấy được bản thể linh hiện của từng hiện hữu? Nhất là những ý niệm được dựng nên từ sự suy tư trong ý niệm, thì kết quả sẽ trái ngược, vì trong ý niệm không có cái gì hoàn toàn bất biến, bản chất của nó vốn đong đưa biến hóa và không thật.

Thơ, không phải sự khởi đi từ ý niệm móng động. Nhờ vận hành phục hoạt của đối tượng đẩy thẳng, đập vào khiến nguồn thơ chợt trỗi dậy, bởi lẽ những dong ruổi của nó không còn khoảng trống để đối tượng có thể xen vào ngự trị. Trừ khi sự dừng lại để nguồn thơ xuất hiện, điều này càng tố giác chính đối tượng là lực đẩy khiến thơ vụt khởi. Tuy vậy hai thể đó không tách rời ra để tồn tại, hoặc phải bám vào một trong hai lối. Thông thường nương vào ý niệm để bài thơ hình thành, điều này diễn tả phần nào về đối tượng và hẳn nhiên không hoàn toàn biến thành đối tượng, nếu không vứt đi quan niệm khởi đầu. Chỉ khi nào đạt được sự thể nhập vô cùng của tâm cảnh, trong ngoài, có không, bất nhị, nó mới trỗi dậy làm cuộc lên đường về nơi vô tận.

Những đào khoét cùng quẫn trong thế giới hiện tượng, chỉ là sản phẩm đơn thuần cọ xát giữa ý thức tạo nên. Truy tìm thật thể của thực tại vẫn còn là điều bí mật, bởi lẽ thực tại vốn hằng viễn, uyên nguyên theo nghĩa phong kín vô ngôn, không dùng đến suy luận của ý thức. Thực tại là vô cùng, vô ngôn, thống hận hay là sự nở hoa của cuộc đời? Đâu đó đang chớm nở trong ta, trong sự câm nín nào đó của thơ. Một bài thơ hay nhứt là bài thơ ấy không bao giờ được viết nên lời, hoặc hình thành từ ý niệm. Nó thể nhập trọn vẹn vào sự vật, không bị uốn nén trong phạm trù sai biệt của ngữ ngôn, khiến mọi cơ năng rung động mãnh liệt bay bổng ra ngoài.

Dĩ nhiên nếu không nương vào ngữ ngôn nó sẽ không tựu nên, dù ở những dạng thái câm nín, khó có kẻ cảm nhận. Bởi lẽ nó không khởi đi từ quan niệm cố hữu, trong việc trông thấy thực thể về một thực tại thoát ly ra ngoài tầm nhìn phiến diện. Có những nhà thi sĩ suốt đời ẩn mình trong thâm sơn cùng cốc, vui với gió nội mây ngàn, gởi đến nhân gian lời thơ vút qua trong mỹ cảm, của từng chớm nụ, bặt ngôn trọn ý.

Nhưng có ai bảo cuộc đời của họ không phải là một bài thơ? Chỉ có đất trời mới cảm nhận được lời thơ phong kín vô ngôn này. Nó lãng đãng bay theo mây trời, phủ trùm lên núi đồi, nhân gian, cây cỏ. Thơ là cái gì đẹp nhất, có mặt trong tận cùng của an vui hoặc tột cùng của khổ đau. Một khi chất liệu thơ tuôn trào, nó được vận chuyển qua từng thực trạng, tùy theo mức độ cảm nhận, trăn trở của thi nhân. Cuộc đời nếu không có thơ tô điểm sẽ trở nên vô vị, nhưng nếu dùng cái vô vị đó để làm thơ, thì sẽ gieo rắc khổ đau, đen tối thêm cho đời, như thế vô tình ta phản lại ý nghĩa uyên nguyên của thơ rồi vậy.

Ngữ ngôn chỉ là phương tiện chuyên chở bóng dáng trải dài của ý thức, khi ý tưởng bắt đúng cung bậc, thơ sẽ tuôn trào. Nhưng ngôn ngữ không hoàn toàn khai mở đúng mức về thực trạng linh hiện ẩn mình trong từng hiện thể. Dù quyền năng của thơ có thể đưa sự vật đến ngưỡng cửa biến dạng, nhưng không có nghĩa truy tìm ra uyên nguyên, ban sơ, vô cùng của nó. Nếu chưa biến mình hòa cùng sự vật, sống và thở như chính nó, thì chẳng bao giờ tóm thâu được ý nghĩa chung cuộc. Khi nào còn vận dụng đến tri thức so đo, tính toán, sai biệt, chưa có cơ may lọt hẳn vào tận bên trong, chưa thể nhập vào vô cùng, ta vẫn là kẻ đứng ngoài cuộc chơi. Những gì còn đứng từ bên ngoài để nhìn, để ngắm thì sẽ không bao giờ tìm thấy được giá trị hiển nở của từng siêu thể vắng bặt ý ngôn.

Thiền phục hoạt và tác động như một nghệ thuật, kiến chiếu vào tự tánh để giác ngộ vụt khởi. Đây không phải là điều còn nằm trong đo lường của ý thức, và được hiểu như biểu tượng nỗ lực của tư duy, thể nhập vào tận cùng từng hiển hiện, thoát ly ra ngoài suy tưởng. Sự thẩm định này nếu có, chắc chắn không có bóng dáng của ý niệm sai biệt. Bởi lẽ cách nhìn để khơi dậy Thiền thi không nằm trên lối mòn thông tục và càng không đi qua tâm ý suy luận, dù xuyên qua cửa ngõ này. Khi thơ được tuôn trào không nằm ở khuôn mẫu, hoặc biên giới cố định, nếu lôi kéo chèn ép thơ vào định ước, hồn thơ sẽ ai oán não nề. Điều rõ ràng nhất, khi nghệ sĩ muốn hình thành lời thơ, nếu dùng đến óc năng động dệt nên, thơ sẽ tràn ngập những dong ruổi của ý thức, và gieo rắc hoang tưởng vào kẻ tiếp nhận.

Thông thường, khi rung cảm bắt gặp đối tượng khiến thơ tuôn trào, không có nghĩa ta truy tìm ra những linh hiện nằm trong thâm sâu của từng hiện thể đó, cho dù mức độ suy tưởng của ta dồi dào phong phú đến độ dư thừa, chỉ càng làm cho ta chết chìm vào sự hưng động đó mà thôi. Làm sao để hình thành bài thơ đạt đến sự tự do đúng nghĩa của siêu nghệ thuật? Một bài thơ mà kẻ tiếp nhận bỗng chốc thoát ra ngoài mộng huyễn tử sinh?

Đối với những Thiền Sư, vấn đề này khác biệt ở những phân định để nhận ra từng biến hiện. Trước hết cách nhìn sự thể được chiếu rọi, sáng soi bởi con mắt trí tuệ, tỉnh thức, một sự đào khoét thẩm định vi diệu mà ngay sự vật cũng không hề hay biết. Từ trong tận cùng nào đó của thời không, vút qua ngưỡng cửa màu sắc âm thanh, đi vào nơi vĩnh cửu. Ở đó không còn vướng bận mà thoang thoảng như hương quyện với đất trời, cây cỏ. Còn lại những vần thơ bất diệt và sự bất diệt này không có mặt trong ngữ ngôn. Nó hòa lẫn với đất trời, ngự mãi trong cõi mênh mông xa vắng. Vẫn còn đó những huyền lực linh hiện của thơ chìm ngập trong vô cùng, phong kín bí mật muôn đời của có không tự tại, trong dòng luân chuyển của nhân sinh, một bí quyết không thể nghĩ bàn.

Thiền Sư Huyền Quang (1254 - 1334) tổ thứ ba của thiền phái Trúc Lâm Yên Tử, được kể như một nhà thi sĩ lớn trong nền thi ca Việt Nam và Phật Giáo, những bài thơ của ông phảng phất hương vị thanh thoát, chìm lặng trong vô cùng. Dưới đây bài thơ Hoa Cúc được ông sáng tác khi tuổi về chiều nhưng lời thơ hàm chứa sức sống linh hiện trào dâng.

"Đường nhà Tưởng Hủ tre reo gió
Vườn cảnh Tây Hồ đẹp nét mai
Nghĩa khí chẳng đồng, tình chẳng hợp
Cúc hoa nở sáng khắp vườn ai

Ngàn sông không đủ thấm lòng già
Bách vịnh mai hoa vẫn kém xa
Đầu bạc ngâm hoài vần chưa ổn
Thấy hoa cúc nở rộn lòng ta

Quên thân quên thế thảy đều quên
Thiền tọa giờ lâu lạnh thấm giường
Trong núi năm tàn không có lịch
Thấy hoa cúc nở: tiết trùng dương

Năm năm nở đúng tiết thu qua
Gió dịu trăng thanh ý mặn mà
Cười kẻ không hay hoa huyền diệu
Khi về, mái tóc dắt đầy hoa.

Người ở trên lầu, hoa dưới sân
Vô ưu ngồi ngắm khói trầm xông
Hồn nhiên người với hoa vô biệt
Một đóa hoa vàng chợt nở tung.

Phương phi xuân sắc trắng hay vàng
Thời tiết tuỳ loài hợp sắc hương
Khi mọi loài hoa rơi chật đất
Dậu Đông hoa cúc vẫn chưa tàn".

Nguyễn Lang dịch, Việt Nam Phật Giáo Sử Luận 1 trang 371

Ghi chú: Tưởng Hủ và Tây Hồ là hai vị xử sĩ, một người ưa chơi trúc, một người ưa chơi mai.

(Tùng thanh Tưởng Hủ tiên sanh kính
Mai cảnh Tây Hồ xử sĩ gia
Nghĩa khí bất đồng nan cẩu hợp
Cố viên xứ xứ thổ hoàng hoa

Thiên giang vô mộng cán khô trường
Bách vịnh mai hoa nhượng hảo trang
Lão khứ sầu ngâm hồn vị ổn
Thi biều thực vị cúc hoa mang

Vương thân vương thế dĩ đô vương
Tọa cửu tiêu nhiên nhất tháp lương
Tuế vãn sơn trung vô lịch nhật
Cúc hoa khai xứ tức trùng dương

Niên niên hòa lộ hướng đương khai
Nguyệt đạm phong quang thiếp thốn hoài
Kham tiếu bất minh hoa diệu xứ
Mãn đầu tùy đáo tháp quy lai

Hoa tại trung đình nhân tại lâu
Phần hương độc tọa tự vong âu
Chủ nhân dữ vật hồn vô cạnh
Hoa hướng quần phương xuất nhất đầu

Xuân lai hoàng bạch các phương phi
Ái diễm liên hương diệc tự thì
Biên giới phồn hoa toàn truy địa
Hậu điêu nhan sắc thuộc đông ly)

Cái phảng phất mênh mang chìm khuất trong vô cùng đó, được thi sĩ Huyền Quang đưa vào khung cảnh huyền nhiệm, khơi dậy vẻ đẹp muôn màu của hoa cúc. Huyền Quang yêu nhất là hoa cúc, đành rằng đã là thi sĩ ai lại không yêu hoa bao giờ? Nhưng đối với Huyền Quang thì khác, cung cách thưởng ngoạn và diễn tả về thơ của ông đều cách biệt. Ông vẫn tự thú "Lòng thơ quả thật bối rối vì yêu hoa cúc" (Thi biểu thực vị cúc hoa mang).

Như cô gái e lệ mới bước vào tình yêu, có nỗi gì vương vấn, xa xăm không cất nên lời, đành yên lặng để từng nhịp yêu chớm nụ lặng lẽ bước qua tâm hồn. Nhưng với thiền sư thi sĩ thì nỗi lòng bối rối này khác hẳn, và không đơn thuần như sự rung động ở những thi sĩ, dù trạng thái vẫn như nhau. Bởi lẽ điều hẳn nhiên dù qua cách nhìn Huyền Quang như một thi sĩ đi nữa, thì những ẩn mang, cốt cách trong lòng của ông đều được hiểu như sự tác động linh hiện chìm khuất trong mỹ học của thiền. Nó phảng phất ,tràn ngập dù cho những cảm xúc tột cùng của con người thi sĩ đơn phương nơi ông trỗi dậy, cũng không thể tách rời ra. Những thiền sư là những nhà nghệ sĩ, được hiểu theo nghĩa không bận lòng và nếu có, thì cái vướng ấy khởi động cho thi ca tuôn trào, đâu đó bỗng chốc đi vào hư vô quên lãng, để rồi chìm khuất trong tịch mịch cô liêu, chỉ còn lại lời thơ vang vang về nơi vô tận.

Điều khác nữa, nếu không có những rung cảm tuyệt vời, gấp trăm ngàn lần những rung cảm thường tình, thì sẽ không bao giờ mở được cánh cửa giác ngộ và nếu không khơi dậy quả tim nhạy bén thì ta sẽ chết ngộp trong những thường nghiệm thông tục ở cuộc đời. Bởi lẽ, sự rung động tuyệt diệu chỉ được tìm thấy trong tận cùng của những vén mở, đập phá bằng những công lực khác. Đó là sự rung động trong tận cùng rung động, và để chết trong rung động, chỉ có lúc chết đó ta mới tái sinh ra một thứ khác, đó là sự rung động đã gạn lọc, còn lại tinh yếu, cốt tủy phủ trùm qua thời không.

Từ đó ta xác quyết lại cung cách và sự huân trưởng trong những thiền sư thi sĩ, với bản năng thường nghiệm để dệt vần thơ, không lúc nào là không sống trọn vẹn minh mẫn trong từng hơi thở của đối tượng, một sự hòa nhịp, sống bằng sự sống nơi sự vật, từ đó biến thành ngôn ngữ thi ca, trải bày hương sắc ươm mật trong vườn hoa Thiền.

Với Huyền Quang cung cách ngồi ngắm hoa cúc nở, giống như khi ông ngồi thiền, tất cả đều kỳ bí và đi qua quá trình tư duy, chiêm nghiệm trọn vẹn hình hài, hương sắc của từng biến động. Những diễn biến ấy đều không thoát khỏi tâm thức, tuệ nhãn của ông. Trong Thiền điều quan trọng, không có đối tượng để thiền và người tu thiền. Với hoa cúc cũng thế, ông ngồi ngắm cho đến khi thấy người ngắm hoa và hoa hai thể ấy bỗng nhiên hòa lại làm một, như đóa hoa vừa mới nở tung, hiển lộ trọn vẹn về thực trạng huy hoàng, chớp nhoáng phủ trùm lên thời không. Cách ngắm hoa của ông thật thú vị, hoa dưới sân người ở trên lầu, ông thắp hương trầm, mùi thơm thoang thoảng bay phảng phất, đưa hồn thơ quyện với đất trời, khơi dậy hình hài hương sắc của hoa, và ai đó đang từ từ đưa vẻ đẹp ấy chôn chặt, gõ vào tận cùng như một thứ công án, khơi dậy bản thể tịch nhiên, làm tan đi những lo toan vướng bận u sầu.

Đối với Huyền Quang, cúc là bạn đời muôn thuở, chỉ có hoa cúc mới làm cõi lòng lặng yên, điểm tô hương vị cho cuộc đời, và vơi đi những phiền lụy. Trong vườn đâu đó ông trồng toàn hoa cúc, ông đánh giá "so sánh với muôn hoa thì cúc đứng đầu". Phải chăng đó là một thứ công án không được chứng ngôn bằng ngôn từ? Tất cả tâm huyết và thân mạng, dồn hết để khơi dậy một cái gì, dù điều đó ngắm hoa, trồng hoa đều có thể trở nên giác ngộ. Nếu so sánh với những công án khác, nó ngang bằng với nhau. Điều quan trọng, kẻ dụng công có thành ý đúng mức hay không? Có vén mở thực tại bằng sự quật tung ở bên trong?

Khi Huyền Quang hái hoa, cung cách này tiềm ẩn cả khung trời thơ mộng triết lý, ông hất tung chứng bệnh thông thường ở trong ta, đó là luôn níu kéo nắm bắt những gì mình ham muốn, với ông thì khác hẳn.

"Phải đâu ham ngắm mà hái hoa
Muốn mượn màu xuân nguôi bệnh già"

(Chiết lai bất vị già thanh nhãn
Nguyện tá xuân tư ủy bệnh ông)

Một sự khác biệt không tách rời thực tại, ông đặt vào khung cửa hiện hữu trong muôn vàn cái không, hình ảnh ông nhắm đến, sự phân chia giữa có không, giữa già trẻ, hễ còn thanh xuân màu hồng luôn ngự trị, khi già đến thì đong đầy héo hon, sầu mộng, sắp bước vào thế giới của ly biệt não nề. Mượn hình ảnh trên có phải ông muốn lật trái một cái gì và điều ấy có phải sự tham đắm vào thời gian như hình ảnh của xuân và già? Chắc hẳn là không, bởi lẽ câu đầu tiên xác quyết vị trí rõ rệt trong ông rồi, không vì "ham ngắm mà hái hoa". Như thế phải chăng Huyền Quang vén mở cho ta bí quyết không thể nghĩ bàn của mùa xuân miên viễn ngự trị? Như cành mai bất diệt của Mãn Giác thiền sư mà ta đã bắt gặp:

"Đừng tưởng xuân tàn hoa rụng hết
Đêm qua sân trước một cành mai".

(Mạc vị xuân tàn hoa lạc tận
Đình tiền tạc dạ nhất chi mai).

Huyền Quang được kể như một nhà thi sĩ vĩ đại. Bài thơ được truyền tụng nhiều nhất là bài "Xuân nhật tức sự" có người dịch:

"Giai nhân đôi tám ngồi thêu
Tử kinh hoa nở oanh kêu rộn ràng
Đáng yêu xuân ý muôn vàn
Mỗi lần đụng mũi kim vàng lặng thinh".

(Nhị bát giai nhân thích tú trì
Tử kinh hoa hạ chuyển hoàng ly
Khả liên vô hạn thương xuân ý
Tận tại đình châm bất ngữ thì)

Bài thơ quả thật hay tuyệt diệu, đến độ có người hoàn toàn phủ nhận, ngôn ngữ khẩu khí thi ca đó là của thiền sư. Lê Quý Đôn khen bài thơ hay nhưng ghi chú thêm"hình như chẳng phải khẩu khí của thiền sư" (Thi tuy giai phi tăng gia ngữ) một sự thật quá phũ phàng. Cách nhìn và cách hiểu hoàn toàn tuỳ thuộc vào từng đối tượng, vì thế cách đánh giá theo đó cũng khác nhau. Ngôn ngữ nào không phải ngôn ngữ của Thiền? Nếu đã là Thiền Sư đúng nghĩa, dù diễn tả hay yên lặng, đều ngầm chứa bóng dáng của thiền phủ quyết, nếu không có cách nhìn để hiển lộ thì không bao giờ trông thấy được vẹn toàn thể tính. Qua biểu tượng và ngôn ngữ đó, nếu không phải khẩu khí của thiền sư, khó diễn tả nên vẻ thơ mộng thanh thoát như vậy. Không phải từ những cảm hứng của thiền thôi thúc, ắt hẳn không có dấu vết của thiền phảng phất, một sự lặng thinh vượt ra ngoài biến động, rộn ràng của tiếng oanh kêu và lúc ấy tử kinh hoa nở. Hai thể ấy bỗng chốc bắt gặp hòa dậy đồng lúc, như sự "gãy mổ" đúng thời cơ của những tra vấn mãnh liệt trong thiền.

Trong sách "Tam Tổ Thực Lục" vào khoảng cuối đời Trần, ghi lại câu chuyện Huyền Quang dính líu tới một cung nữ. Vua Trần Anh Tông muốn thử lòng Huyền Quang mới sai Điểm Bích một thiếu nữ trẻ đẹp, thông minh đến lập kế, kiểm tra giới đức của ông. Theo lời thuật lại của Điểm Bích, Huyền Quang đã lưu nàng lại một đêm, tặng cho nàng kim tử của vua ban và ngâm cho nàng nghe một bài thơ Nôm như sau:

"Vằng vặc trăng mai ánh nước
Hiu hiu gió trúc ngâm sênh
Người hòa tươi tốt cảnh hòa xinh
Mâu Thích Ca nào thử hữu tình"!

Sách "Tam Tổ Thực Lục" viết tiếp, cuối cùng nhờ trời đất minh oan, vua Trần Anh Tông biết những lời của Thị Bích là bịa đặt. Câu chuyện đó đến nay vẫn đong đầy trong tâm khảm của mọi người, như sự câm nín nào đó của thi ca. Dầu vậy, bài thơ trên vẫn chuyên chở khí vị của thiền, câu đầu tả ánh trăng mai phơi sắc lung linh lấp lánh trong sương khuya mờ phủ và từng cơn gió nhè nhẹ lùa qua khóm trúc, cất lên những tiếng ca vang vọng trong đêm trường cô tịch huyền ảo. Nếu bài thơ trên thoát từ khẩu khí của thiền sư thì vẫn tràn ngập hương vị thiền. Hình ảnh yên lặng tỏa chiếu của ánh trăng và sự rì rào lay động của cơn gió, như hai thế giới động và tịnh thường xuất hiện ở trong ta. Hai câu dưới đúc kết trọn vẹn sự thể nhập của người vào cảnh, đó là chặng đường toàn triệt trong những dụng công về thiền qua cửa ngõ tâm cảnh, thích ca, hữu tình, chúng sanh. Huyền Quang phá vỡ, xóa nhòa biên giới của nhị nguyên, sai biệt.

Điều rõ ràng, sau đó qua cuộc mở đại hội Vô Già vua thỉnh

Huyền Quang làm chủ lễ, đức độ và công phu tu hành của ông đã gây cảm động đến đất trời và ông được minh oan. Có thể bài thơ đó được Huyền Quang ngâm vào một đêm khuya bất chợt nào đó, khi dòng máu thi sĩ len lỏi qua tâm hồn, nhưng biết đâu Thị Bích cố tìm cơ hội nên nghe được và thêm thắt vào để câu chuyện hấp dẫn hơn. Nếu đó là câu chuyện huyền sử, hoang đường thì dụng tâm của người đặt ra nó không hẳn là vô cớ. Nếu truy tìm căn nguyên bản chất thi ca, có lẽ một Huyền Quang thi sỹ vẫn ngang bằng với một Huyền Quang thiền sư. Bao nhiêu cung nhịp rung cảm để tạo nên giác ngộ và thi ca được Huyền Quang cân bằng với ý lực khơi dậy bóng dáng thật thể ngay trong từng hiển nở, dù những cảm xúc tuyệt diệu ấy là hoa cúc hay sự thường nghiệm. Vì lẽ cả hai đều xuất phát từ tâm năng của Huyền Quang và tâm năng đó đã quy hướng về một lối duy nhất đó là thiền.

Huyền Quang hay buồn và cảm thấy cô đơn, nhưng cái buồn và cô đơn ấy vẫn khác hẳn điều ta hay bắt gặp. Ông buồn là chưa tìm ra được người xứng đáng kế thừa sự nghiệp lãnh đạo Giáo Hội Trúc Lâm. Có điều ta cần ghi nhận, khi ông lãnh đạo giáo hội Trúc Lâm lúc ấy ông đã 77 tuổi. Với tuổi về chiều đó làm sao ông có thể cáng đáng những trọng trách vô cùng quan trọng, với vai trò lãnh đạo tối cao. Ông chán ngán việc ngoài đời, không muốn quan hệ với vua quan trong triều, ông ở yên trên núi Côn Sơn vui với gió nội mây ngàn, với hoa cúc nở giữa đêm trăng huyền diệu.

Dưới đây ta thử đọc bài thơ Sơn Vũ (chùa núi).

"Gió thu đêm vắng thổi hiên ngoài.
Chùa núi im lìm gối cỏ may
Đã được thiền tâm thành một khối
Rè rè tiếng dế gọi kêu ai"?

Thiền Sư Thích Thanh Từ dịch

(Thu phong ngọ dạ phất thiềm nha
Sơn vũ tiêu nhiên chẩm lục la
Dĩ hĩ thành thiền tâm nhất phiến
Cùng thanh tức tức vị thùy đa).

Hình ảnh đẹp nhất, sự thúc giục rộn rã của tiếng dế trong đêm trường như mời gọi, nhắn nhủ cùng ai. Từng cơn gió thu trổi dậy, mang mang lay động lướt qua là một hình ảnh não nùng và hàng hiên thẩn thờ, im lìm nghe đâu đây qua tiếng gió vi vu, khúc nỉ non vọng về, như thân phận của kiếp người cứ mãi nhọc nhằn luống trôi. Độc đáo nhất xuyên qua những cảm xúc thường tình đó, bóng dáng cô tịch của ngôi chùa im lìm gối lên cỏ may, xác quyết về một thực tại huy hoàng muôn dời vẫn thế, bất khả phân ly nơi dòng tâm,dòng đời, qua đó ta thấy mức độ chứng nghiệm nơi ông. Mặc cho phiến động ba đào, tâm ấy bặt yên không lay động, trạng thái này vô cùng tuyệt diệu nhờ sự hợp nhất thành một khối mà câu dưới của bài thơ đã phán quyết.

Bài thơ Thạch Thất dưới đây mở rộng phương trời triết lý thơ mộng trong ông.

"Nửa gian nhà đá lẫn trong mây.
Một mảnh áo lông trải tháng ngày
Tăng ở trên giường kinh tại án
Lò tàn hương lụn mặt trời lên".

Thiền Sư Thích Thanh Từ dịch

(Bán gian thạch thất hòa vân trụ
Nhất lĩnh xối y kinh tuế hàn
Tăng tại thiền sàng kinh tại án

Lò tàn cốt đột nhật tam can)

Đẹp nhất và còn đó, nữa gian thạch thất lẩn khuất trong mây, trơ gan cùng tuế nguyệt và nửa kia chôn mình thật sâu trong lòng đất hoang lạnh, đếm thời gian lặng lẽ trôi qua, như một thách đố thâm diệu về thời không. Hình ảnh đẹp vẫn là "một mảnh áo lông trải tháng ngày". Dù thời gian có trôi, dù cõi lòng tái tê hay ấm áp, ngày lại ngày qua, đêm lại đêm đến, vẫn không hơn không kém. Độc đáo hơn nữa hai câu cuối của bài thơ như hai điểm không cùng, tách ra ngoài vật thể. Nhưng cuối cùng ánh sáng của mặt trời giác ngộ tỏa chiếu, xô đẩy tất cả tàn rụi.

Bài thơ Huyền Quang diễn tả dưới đây còn lật ngược vị thế mùa xuân. Thông thường khi mọi người nô nức đón chào chúa xuân, họ thi nhau ca tụng vẽ đẹp của nàng xuân, nhưng qua lời thơ của ông, cảnh sắc của xuân trở nên mông quạnh nhạt nhòa. Có phải ông nhắn bảo về thực tại hiển nhiên, giữa ý niệm mua vui của kiếp người, sự có mặt của vô thường lẩn khuất quanh đây? Hay tâm trạng của ông như thế?

"Tình quê cỏ dại khói mây nhòa
Quán bắc cầu nam bóng xế tà
Xuân vắng chủ tiếc thơ không tứ
Gió xuân buồn rượi mấy chùm hoa".

Ngô Linh Ngọc dịch

(Hoang thảo tàn yên dã tứ đa
Nam lâu Bắc quán tịch dương tà
Xuân vô chủ tích thi vô liệu
Sầu nguyệt Xuân phong kỷ thụ hoa)

Không phải ngẫu nhiên Huyền Quang yêu thích mùa thu. Mùa

thu vẫn là đề tài nóng hổi trong thơ của ông. Cảnh thu buồn mang mang, đơn côi, gió thu lạnh lẽo như tâm trạng hoang vắng sầu đau của kiếp người. Tình thu tái tê giá buốt như chiếc lá vàng rơi cô độc trong gió. Phải chăng đó là hình ảnh cô đơn khủng khiếp của kiếp người? Tuy vậy cô đơn mà còn có cơ hội nhìn ngắm nỗi cô đơn của mình, để rồi tạo nên những vần thơ, âu đó cũng là điều tuyệt diệu. Những vần thơ trong bài "Đầu Thu" rất hay và đẹp.

"Hương đêm mát dịu bình phong lạnh
Xào xạc thu sang lá động cành
Trúc đường thong thả hương vừa đốt
Cành cây giăng võng lọt trăng thanh".

Nguyễn Lang dịch, Việt Nam Phật Giáo Sử Luận 1 trang 372

(Dạ khí phân phương nhập họa bình
Tiêu tiêu đình tọ báo thu thanh
Trúc Đường vong thích hương sơ tẫn
Nhất nhất tùng chi võng nguyệt minh)

Còn đây là bài "Đi Thuyền" mà âm vang của sóng nước, sánh nhịp cùng bước đi của chị Hằng, in dấu trong từng tâm khảm.

"Mênh mông theo gió con thuyền nhỏ
Thu sáng ngời xanh bóng nước cây
Tiếng sáo thôn chài lau lách vọng
Trăng lặng lòng sông sương trắng đầy".

Nguyễn Lang dịch, Việt Nam Phật Giáo Sử Luận 1 trang 373

(Tiểu đỉnh thừa phong phiếm diểu mang
Sơn thanh thủy lục hựu thu quang
Sổ thanh ngư dịch lô hoa ngoại
Nguyệt lạc ba tâm giang mãn sương).

Hình ảnh của chiếc thuyền cô độc âm thầm vượt sóng gió giữa sông nước bao la mông quạnh, tựa như hình ảnh của con người chơi vơi giữa ba động, biến đào, sinh tử. Tiếng sáo đâu đó nơi bờ lau sậy thoang thoảng vọng lên, âm vang sao nghe não nề tiếc nuối. Như tiếng thơ trong đêm trường chan chứa một trời thu mang mang tâm sự. Từng ánh trăng vàng lững lờ trôi trên dòng sông lạnh, nhấp nhô, thoát ẩn thoát hiện giữa cái mênh mông hư ảo của có không. Như nỗi cô tịch câm nín của con thuyền lặng lẽ bồng bềnh trôi giữa cảnh sông nước phủ đầy sương, mang mang một nẻo có không đi về. Phải chăng đó là con thuyền định mệnh của kiếp người không biết trôi dạt về đâu giữa bể khổ trầm luân, phủ vây, chìm ngập? Hình ảnh đó có phải Huyền Quang gieo rắc cho ta nỗi buồn canh cánh bên ông? Chắc chắn là không, bởi lẽ ông muốn mượn tâm sự của mình phơi bày những giá trị đích thực, đang ẩn chứa đâu đây. Đó là nỗi thống khổ, cô đơn, vẫn là đề tài chung quyết trong mỗi chúng ta.

Huyền Quang được kể như một thiền sư thi sĩ, vĩ đại nhất trong thiền sử Việt Nam. Bóng dáng và những vần thơ của ông, tô thắm thêm vẽ đẹp rực rỡ trong thiền môn. Đâu đó từng lời thơ, vượt thời gian ngự trị trong cõi vô cùng, mênh mông của đất trời, của muôn hoa. Một sự thơ mộng tuyệt vời thanh thoát, trải dài trên từng hiện hữu, như nỗi vấn vương kỳ bí nào đó, lưu lại trong tận cùng tâm khảm.

Dù Huyền Quang vĩ đại như thế, vẫn chưa một ai đánh giá đúng mức về ông, dù qua cái nhìn của một thi sĩ. Phải chăng ngôn ngữ đành bất lực trước những con người siêu việt, vượt ra ngoài có không, tự tại thong dong trên mọi nẻo đi về?

MÙA XUÂN ĐI QUA Ý XUÂN Ở LẠI

Cứ mỗi lần chia tay với nàng Xuân là mỗi lần khúc dạ vấn vương, thương nhớ miên trường. Có ray rứt nào hơn khi pháo hoa rộn ràng vang vọng, để rồi trở nên im vắng trống trải lạ thường, ngàn hoa khoe hương sắc bay về đong ngập lối, để rồi lững lờ vụt đi về miền xa thăm thẳm. Đóa hồng hé nụ, mai vàng chớm nở, cành đào khoe sắc, cảnh đó người đây, người đó tôi đây, cõi đó bờ đây, tất cả quyện lấy không gian, nhập vào lòng người, tô thắm khung trời hội cũ, thổn thức cùng chúa xuân trong đêm trường tịch lặng, tâm thức ẩn dấu trên từng bặt ngôn trọn ý.

Bước chân trinh nguyên lên đường làm cuộc lữ thứ, em đi lễ chùa đầu năm mai vàng khép nhụy, tà áo em bay đượm cả một trời xuân, e ấp trong tay sen búp em dâng lời ước nguyện, mắt lệ mờ hương trầm bay lan tỏa, đấng từ bi thương xót cõi nhân sinh. Mấy độ quang sang, gió mây đành khép lại, quan hà mấy nhịp tiếng vọng đầy vơi, trần gian khung trời cũ năm ấy, xuân mới bây giờ mãi còn lạc bước tìm nhau. Bốn mùa luân chuyển đợi mong, đất trời thi nhau nối nhịp, đến rồi đi, đi rồi đến, có rồi không, không rồi có, cứ thế bám cứng vào nhau không một kẽ hở. Không còn là sự ngẫu nhiên, bất chợt tình cờ, mà trở thành quy luật tự nhiên, hẳn nhiên, không cơ may thương lượng, đổi chác, mặc cả trả giá. Tìm đâu điểm dừng, trong cuộc rong chơi với vô thường lữ thứ?

Giữa lúc mọi người hân hoan đón chào nàng xuân khoe sắc, nhà thơ Xuân Diệu phán một câu như sấm nổ bên tai.

"Xuân đang tới, nghĩa là xuân đang qua.
Xuân còn non, nghĩa là xuân sẽ già.
Mà xuân hết, nghĩa là tôi cũng mất".

Cõi lòng tái tê hụt hẫng, không còn dịp cùng nhau thưa hỏi, không một phút giây nào dừng lại, để thở, để cười, để cau có. Dù trông thấy được sự vô thường biến đổi, thi nhau đến đi, thi nhau thay áo, thi nhau khoe sắc, thi nhau tước đoạt, chưa nở vội tàn, chưa gặp đã phân ly, chưa về đã lỗi nhịp, vẫn là sự đơn điệu nghiệt ngã của thời gian, tâm thức nổi trôi, dòng đời bất định, số phận mong manh lạnh lùng vô tình khép lại.

Trong sự bẽ bàng cô liêu, ngang trái phủ đầy ngập lối, ta vẫn làm kẻ lữ hành cô độc, trong đi về của cuộc lữ, quán trọ thời gian, tâm thức đợi mong, vẫn cứ lững lờ trôi trên dòng sanh diệt. Giấc mơ có đẹp là khi vẫn còn ở trong mơ, một khi bước ra là cả khung trời giá lạnh đang chờ đón, hạnh phúc cho dù có xót xa cũng vẫn là một thứ xa xỉ, về đâu đêm nay khi mưa bay giăng đầy ngập lối, khi dòng đời nghiệt ngã, khi cõi lòng tái tê? Mấy độ xuân sang, mấy mùa hoa nở, vẫn phải khóc cười một mình đơn độc, ai đi ai về, ai nhớ ai mong?

Cuộc lữ thứ mờ mờ nhân ảnh, đường thênh thang nhưng không có lối vào, quá khứ tương lai, hiện tại bây giờ, vẫn đêm ngày réo gọi, vẫn mịt mùng trao đổi, vẫn đắn đo do dự. Giọt nắng đầu sương, đóa hoa chợt mình nở nộ, chiếc áo trinh nguyên phủ trùm lên bóng thời gian, đọng lại trong tận cùng tâm thức, tô thắm cả một trời không, ở đó không còn cũ mới, mà là sự quán chiếu liên tục bền bỉ, đẩy bung cái cũ văng xa, tái tạo và hoán chuyển làm mới thế vào, lấp đầy khoảng trống đơn côi, lạnh lẽo, bằng sự nở hoa của an lạc, hạnh phúc miên trường.

Thiền sư thi sĩ Huyền Không từng nói:

"Sáng nay thức dậy choàng thêm áo
Vũ trụ muôn đời vẫn mới tinh."

Cõi lòng nhẹ tênh bừng sống dậy, bao nhiêu vương vấn mộng mị, bỗng vỗ cánh vụt bay. Ừ nhỉ! vẫn tinh khôi như ngày nào, mới toanh như thuở ban sơ, chưa một lần thay da đổi thịt, nhẹ nhàng và bất tận, khoác lên tâm thức chưa hề vơi, trao gởi đến nhân gian sự an bình thuần nhất. Kẻ lữ hành và cuộc lữ, không có chốn để đi, nẻo để về, từng bước nở hoa, xóa mờ mê lộ, một vì sao tô thắm khung trời hội tụ. Ở đó là cả một không gian rộng mở, tươi đẹp vô ngần, an tịnh phủ vây trong từng hơi thở. Hương quyện của đất trời, sắc màu của trần gian, hai bờ của phân ly, hai ngã của mê ngộ, một sự thảnh thơi nhẹ bước, không hành trang mộng mị lôi kéo, không tâm thức đợi mong đón chờ, buông bỏ tự bao giờ, an nhiên sống giữa mưa buồn nắng quái, giữa bất hạnh thương đau, có không một nẻo thong dong đi về.

Trong sự biến động, ngút ngàn tái tê của kiếp nhân sinh, đâu là lằn ranh định mức, quay đầu là bờ, bên này lối kia, vượt thoát tử sinh? Khi nào, và lúc nào mới nhận ra được sự linh hiện phủ vây, không có khởi đầu và chung cuộc, tìm đâu giữa chốn phong ba dị biệt? Thực tại thường hằng là lúc ta tỉnh thức trên từng biến động, buông bỏ và xả ly tất cả mọi ý niệm, xóa nhòa mọi biên cương, phá vỡ mọi giai tầng, đạp đổ mọi thành trì ngăn cách. Sống và thở trong sự thể nhập vào tận cùng mọi hiện tượng, từ thân đến tâm, từ nội giới đến ngoại giới, trong sự phủ vây tròn đầy của giác ngộ, của vô sinh bất diệt, thường hằng của tự tánh. Một sự miên viễn của chân thường trong cõi vô thường, sự an tịnh tuyệt diệu trong dòng trôi nổi.

Chờ rồi đợi, nhớ rồi thương, buồn rồi vui, không còn là sự dẫn đưa của ý thức, tìm về chốn xưa phố củ, ước hẹn ngày ra đi không trở lại. Lời nguyện cầu chưa trọn, cõi xa xăm chưa có dịp lại gần, cơn lốc của vô thường, vẫn âm thầm đứng đợi, chờ dịp lấn tới, không để cho ta còn dịp kêu gào mời gọi, xua đuổi khước từ, lắc đầu trốn chạy. Dù bằng lòng chấp nhận hay phản đối, cứ thế nó lầm lũi hiện hữu, ngang nhiên lấn bước. Chỉ có đối diện bằng tất cả hùng lực dũng cảm, thay đổi thói quen tật xấu, sống trọn vẹn trong sự hoan hỷ cùng tuyệt.

Thỉnh thoảng trong ta nhận biết sự mong manh của vô thường, nhưng làm sao có đủ năng lực vượt qua, hiên ngang tồn tại, quyết lòng tiến về phía trước, sống trong sự phủ vây của tâm lành an lạc? Ta trôi theo dòng thời gian, nổi chìm ẩn hiện, tâm tư đong đầy vô minh, tham sân si, khoác khoải lụy phiền, nên mãi còn lang thang luân hồi đưa đẩy, chưa tìm ra cách sống, sự sống cho thật trọn vẹn với chính mình, hít thở năng lượng an lành, nỗ lực tìm phương vượt thoát. Lấy gì, có gì, tìm gì, được gì, để nuôi sống huệ mạng.

Xuân đã đi qua tự lúc nào, những mùa xuân ấy ta mãi rong chơi miền hỗn độn, đếm thời gian qua ánh mắt tiếc thương, chiếc áo mới ngày xưa nay đã sờn vai sứt chỉ, đợi mong nay cũng đã nhạt nhòa, hãy lấy hoa cỏ nhân gian làm hành trang lên đường đổi mới cuộc lữ. Ý xuân, hương xuân, tình xuân, mãi thắm đượm cả nhân gian và lòng người, trong niềm hoan lạc không hề vơi. Ở đó, ở đây, bây giờ, mai sau, vẫn là một mùa xuân an lành miên viễn, trọn ý bặt ngôn, đạt tình thấu lý, bằng lòng đi chúng ta hãy cùng nhau sống với những mùa xuân bất diệt.

THIỀN NGỮ QUA THI CA

Thi nhân, được ví như con chim lạ từ phương xa, bay đến trần gian để ngửa cổ hát chơi, đem lời thơ biến thành điệu nhạc, đưa con người về từng bến đỗ, trải cảm xúc của mình lên từng giai điệu cung bậc, gieo rắc vào lòng người những âm hưởng khác nhau, dẫn chúng ta đến thế giới muôn màu hương sắc. Ở đó có núi sông với mây trời lãng đãng, gió mát trăng thanh soi bóng trên từng nỗi thương nhớ, có gió mưa đọng lại nơi mí mắt bờ môi, hoa thơm cỏ lạ điểm tô lối đi nẻo về, có khúc hoan ca rộn ràng vang vọng theo nhịp bước, có ngang trái phủ đầy lên từng tâm cảnh. Tất cả như một bản hòa tấu vô tận lên cung bậc tử sinh, từ khởi đầu đến chung cuộc, từ nhị nguyên đến thường hằng tự tánh. Cuối cùng từ đâu đến rồi sẽ phải trở về nơi chốn ấy, đi trong bình minh nắng ấm với hoa thơm ngập lối, hay đi trong mưa chiều rả rích với nhớ thương trĩu nặng? Đều tùy thuộc vào từng tâm thức, từng bước đi chung cuộc của mỗi chúng ta.

Từ trong tận cùng tâm thức, sự rung động mãnh liệt bật dậy quyện với đôi tay phù phép, thế là lời thơ chắp cánh tung bay, thi nhân đưa ta đến thế giới sắc màu của thiên đường hy vọng, hoặc dẫn ta đến với đơn côi lạnh lẽo. Thông thường bài thơ dễ đi vào lòng người, là bài thơ đong đầy cảm xúc buồn vui, chợt đến chợt đi, nhớ thương dâng trào, ướt át tràn ngập. Một dạng tâm thức khá phức tạp phổ biến trong mỗi chúng ta, thi nhân trải lòng, lên tiếng dùm cho đối tượng, nên ta dễ dàng cảm thông đón nhận. Vì đó là cái bản năng tâm lý thường tình đang sống và thở ở trong ta.

Cuộc đời giống như một bài thơ, với đầy đủ âm vang giai điệu, vui buồn lẫn lộn, hạnh phúc khổ đau, thi nhau tung hoành ngang dọc, kéo ta mãi miết trôi lăn trong mịt mùng sinh tử. Thật ra ở một chừng mực nào đó, cuộc đời vốn mặc nhiên đến đi vốn dĩ như vậy, nhưng do chúng ta vọng động khuấy nhiễu, khiến cho rối mù lên, không nhận ra được đâu là nguồn cội của từng vấn đề, nên cứ mải miết lang thang lạc bước. Nếu ta biết sống trong sự vận hành tự nhiên của muôn vật, nhận ra được lẽ biến dịch của vô thường sanh diệt, với cái tâm nhẹ nhàng, không mảy may lo sợ, những gì đến cứ thế mà đến, những gì đi cứ thế mà đi, thì cuộc đời đong đầy hoa thơm cỏ lạ, một bài thơ hay cùng tuyệt trong kiếp nhân sinh.

Sự có mặt của thi ca, mang đến cho ta những khoảnh khắc ý nghĩa, hạnh phúc chắp cánh lớn thêm, hay nỗi đau lại càng nâng cấp. Điều quan trọng, làm sao ta mở ra được lẽ diệu huyền, đưa tâm thức của mình thâm nhập vào từng biến động, truy tìm nguyên nghĩa những gì ta đang sống và nhận lãnh.

Thiền gần với thi ca ở điểm nương vào hình ảnh để bật dậy cảm xúc, không cần đi qua trình tự suy luận của ý thức, bởi lẽ khi sử dụng đến suy luận, tức khắc ta bị đẩy qua lối mòn thông tục, trở thành nô lệ, một thứ sản phẩm mang tính chi phối của ý thức năng động. Đứng về khía cạnh giác ngộ, thì không thể tồn tại cái tâm thức chỉ đơn thuần chất đầy cảm xúc, nó phải được chuyển hóa nâng cấp bằng một thứ năng lượng cao tột để châm ngòi cho giác ngộ.

Khi nào tâm thức chưa hoán chuyển để được tinh tường sáng tỏ, ta vẫn là kẻ ngủ say trên lối mòn giẫy chết của tâm ý, cứ thế lặn hụp phiêu bồng với bao mộng tưởng. Thơ thiền nhằm thăng hoa tư tưởng, mở tung thực thể chôn giấu tận cùng ở bên trong, vực dậy bản năng tuyệt vời đang khuất lấp, những mầm sống linh hiện tươi đẹp, không còn bóng dáng của não phiền ngày đêm gặm nhấm.

Thiền ngữ, công án qua thi ca được tìm thấy nơi những thiền sư có khuynh hướng về thi kệ, bằng một thứ siêu ngôn, mật ngôn, chứng ngôn của những bậc xuất trần, chuyển giao sự giác ngộ ở bên trong phơi bày ra bên ngoài. Thi ca là sự trở mình của cảm xúc, công án bằng thi ca là sự đánh động, chạm thẳng vào tâm thức, tạo thành một thứ năng lượng cho giác ngộ vụt khởi. Một sự thẩm định tột cùng, giữa con người tâm cảnh, đối tượng cảm quan, liên tục gây chấn động, khiến ta ray rứt bí lối, bỗng nhiên trong sát na vi diệu nào đó ta choàng mình thức tỉnh.

Thông thường ta chỉ dừng lại ở cảm xúc, tìm cách trú ngụ trong ngôn từ tư tưởng, dùng ngôn ngữ để biện minh lý giải, nên ta thường mắc kẹt trong danh xưng, chết đuối trong khái niệm. Khi căn và trần đụng nhau, phát sinh ra thức, sự đáp trả của tín hiệu. Nhưng đằng sau cái khoảnh khắc đó, cái vùng khuất lấp chất đầy huyền cơ, rất ít khi ta bén mảng đến để khám phá chiêm nghiệm, vì thế sự nhận thức và tri cảm của mình chỉ dừng lại ở đó, ta sống và thở trong sự đong đưa biến hóa, mịt mùng không thật. Giống như khi ta đi du lịch, với sự sắp xếp chuẩn bị của người dẫn đường, ta chỉ thấy và nghe những điều người hướng dẫn du lịch nhắm đến. Trừ khi ta tự trang bị cho mình hành trang cùng nội lực, khám phá những điều kỳ diệu ở bên trong, bằng chính sự thâm nhập quyết lòng.

Chặng đường để tìm thấy cái vùng khuất lấp, chất đầy bản lĩnh tuyệt luân ấy, chắc hẳn không thể có được, một khi ta chỉ biết đeo cứng bám dính vào đối tượng, tâm thức, đắm mình trong sự ru ngủ, không chịu buông xả để được thong dong, không tự mình cởi trói, không đi qua chặng đường đào bới mãnh liệt ở nội tâm. Khi nào ta còn đứng ở bên ngoài nhìn ngắm vào bên trong, chỉ dọ dẫm không chịu xúc tác, mọi thứ sẽ trở nên vô nghĩa. Đừng biến mình thành kẻ bàng quan thưởng ngoạn, ngắm dòng cảm xúc của kẻ khác ào ạt tuôn chảy, mà không thẩm định, tra vấn tìm lại chính mình, tìm phương vượt thoát. Nếu ta không biết cách phóng mình vào đó để lặn hụp, với tất cả năng lực trong sự trỗi dậy bắt nhịp, thì muôn kiếp ta vẫn loay hoay trên bến bờ sinh tử.

Trong lịch sử Phật Giáo Việt Nam, vị thiền sư đầu tiên sử dụng đến hình ảnh thi ca làm thiền ngữ công án, đó là thiền sư Thiền Lão (? - 1037) ở chùa Trùng Minh, núi Thiên Phúc, huyện Tiên Du, ngài đã từng giảng dạy ở núi Từ Sơn. Một hôm vua Lý Thái Tông vào núi thăm ngài và đây cuộc đối thoại:

Vua hỏi:

Ngài ở đây từ bao lâu rồi?

Thiền Lão trả lời:

"Sống trong giờ hiện tại
Ai hay năm tháng xưa?"

(Đản tri kim nhật nguyệt
Hà thức cựu xuân thu).

Vua hỏi tiếp:

Ngài làm gì hằng ngày ở đây?

Thiền Lão đáp:

"Trúc biết hoa vàng đâu ngoại cảnh
Trăng soi mây bạc hiện toàn chân".

(Túy trúc hoàng hoa phi ngoại cảnh
Bạch vân minh nguyệt hiện toàn chân).

Vua nói: Như vậy ý chỉ là gì, xin ngài cho biết?

Thiền Lão đáp: Nói nhiều lời sợ sau này bất lợi. (Từ đa, vô hậu ích)

Nguyễn Lang, Việt Nam Phật Giáo Sử Luận 1 trang 175

Cuộc đối thoại giữa Thiền Lão với vua Lý Thái Tông, ở đó ngôn ngữ không còn là ngôn ngữ, một sự vắng bặt của ngôn từ, ý thức như ngưng đọng lại, đâu đó chỉ có lặng yên phong tỏa, phổ cập trên từng tương tác. Thực thể của hiện tại, bây giờ cứ thế bùng lên thôi thúc, trực nhận ngay vào điểm không cùng để giác ngộ thức dậy. Ý niệm về thời gian do con người tạo lập, dùng thời gian để đo lường mọi thứ, ru ngủ mọi việc, khỏa lấp mọi vấn đề, sử dụng nó như một định hướng, nhưng thật ra nó liên tục tàn phá không một lời thương tiếc, bởi lẽ bản chất của nó vốn không thật, bất định. Nó vốn như vậy, nhưng tâm thức của ta không chịu để yên, luôn tìm cách quấn vào níu lại. Càng bám vào chừng nào thì càng bị nó đào thải hất hủi chừng đó, càng hy vọng bao nhiêu thì nó càng hững hờ rủ bỏ ra đi bấy nhiêu.

Quá khứ ra đi không bao giờ trở lại, tương lai thì mịt mùng chưa biết lúc nào mới đến, chỉ có giây phút hiện tại này là đáng nói, đáng được chiêm nghiệm, đáng được đánh thức. Trên chặng đường sanh tử lôi kéo, ẩn chứa không biết bao biến động, từ ngút ngàn nổi trôi đến sự hủy hoại khủng khiếp của vô thường, đưa ta đến muôn ngàn lối đi đầy chông gai sóng gió, đẩy ta đến bến bờ vực thẳm, khiến ta chết dần mòn trong tứ bề cô quạnh.

Cả hai dạng tâm thức, sống với quá khứ và tương lai, hy vọng và thất vọng, hạnh phúc và khổ đau, cứ nhập nhằng lẫn lộn, thì không thể tìm thấy được sự an lạc đúng nghĩa ở hiện tại bây giờ. Đứng về khía cạnh để có được sự giác ngộ, thì càng không thể chờ đợi một dịp may, một cơ hội không do chính mình nỗ lực mang lại, mọi sự toan tính nào đó của tâm thức, vốn không có chỗ đứng trong giác ngộ. Nếu không tìm cách đập tan, phá vỡ sự trụ bám, thì ta vẫn mãi ngược xuôi đong đếm thời gian, lang thang lạc lối trên vạn nẻo luân hồi.

Vị thiền sư thi sĩ tài ba, biện tài vô ngại, thâm đắc "Ngôn Ngữ Tam Muội" đó là thiền sư Viên Chiếu (998 - 1090) đời thứ bảy dòng thiền Vô Ngôn Thông. Trong tác phẩm Tham Đồ Hiển Quyết, ghi lại từ sách Thiền Uyển Tập Anh, thiền sư đã để lại nhiều thiền ngữ, công án bằng thi ca rất tuyệt vời. Dưới đây vài câu vấn đáp, cũng đủ để cho ta tham cứu cả một đời.

Hỏi: Phật và Thánh khác nhau chỗ nào?

Đáp:

"Cúc trùng dương dưới dậu
Oanh thục khí đầu cành".

(Ly hạ trùng dương cúc
Chi đầu thục khí oanh)

Hỏi: Kẻ học nhân chưa hiểu xin thầy dạy lại

Đáp:

"Ngày quạ vàng chiếu sáng
Đêm thỏ ngọc sáng soi".

(Trú tắc kim vô chiếu
Dạ lai ngọc thố minh)

Hỏi: Đã nhận được yếu chỉ

Nhưng huyền cơ ra sao?

Đáp:

"Nước đã đầy bình vạc, chân vô ý
Vấp ngã một lần hối được sao"?

(Bất thận hủy bàn kinh mãn xứ
Nhất tao sa điệt hối hà chi?)

Và

"Muốn dìm cho sóng chết
Ai hay thân tự trầm".

(Mạc quán giang ba nịch
Thân lai khước tự trầm)

Hỏi: Bồ Đề Đạt Ma ở núi Thiếu Thất hành đạo đạt đến chỗ huyền diệu sâu thẳm: từ xưa đến nay ai là kẻ thừa kế xứng đáng nhất?

Đáp:

"Trời tối sáng soi nhờ nhật nguyệt
Đất hiểm phân ranh có núi sông".

(U minh càn tượng nhân ô, thố
Khuất khúc khôn duy vị nhạc, hoài)

Hỏi: Thế nào là con đường đưa đến căn nguyên của đại đạo?

Đáp:

*"Cỏ mạnh đứng bờ cao gió dữ
Nước nhà thời loạn biết trung lương".*

Hỏi: Tất cả mọi chúng sinh từ đâu tới và sẽ đi về đâu.

Đáp:

*"Rùa mù xuyên vách đá
Rùa què leo núi cao".*

(Manh quy xuyên thạch bích
Bì miết thướng cao sơn)

Hỏi: Người ta nói: khóm trúc xanh xanh kia là chân như. Vậy công dụng của chân như là gì?

Đáp:

*"Đưa người xa ngàn dặm
Cười tặng một bình trà".*

(Tặng quân thiên lý viễn
Tiểu bá nhất bình trà)

Nguyễn Lang, Việt Nam Phật Giáo Sử Luận 1 trang 176- 178

Công án đầu tiên là mẫu đối thoại giữa Bồ Đề Đạt Ma với vua Lương Võ Đế. "Quách nhiên vô thánh" (Rỗng tuếch không có thánh gì hết) trở thành một công án độc đáo trong lịch sử thiền tông, cho đến bây giờ vẫn liên tục gây chấn động trong thiền môn, đẩy tâm thức của ta bay bổng lên tận mây ngàn, không trụ bám vào đâu được, không có nơi chốn nào dung chứa, đầu óc căng ra như quả bom sắp nổ tung, không có thánh phàm giai bậc. Nó hất tung đẩy lùi sự vướng bận lầm chấp ngự trị trong ta, quật ngã tâm lý ỷ lại đợi mong, thoát ra ngoài thế giới tỷ lượng, xóa nhòa hai cõi tử sinh mê ngộ, chỉ còn lại một thể duy nhất, vượt ra ngoài càn khôn thong dong về nơi vô tận.

Từ trên đỉnh cao ngút ngàn thâm diệu, đổ xuống nhân gian những mật ngôn, liên tục phá vỡ tâm thức ngăn ngại bế tắc, làm hiển lộ nên chân tính tròn đầy mà ta đã bỏ quên. Nó vốn có mặt ở đó tự bao giờ, chỉ cần cái nhích nhẹ tay bỗng hiển lộ tròn đầy, tỏa chiếu trên từng tương tác, linh hiện phủ vây trong từng hơi thở. Thiền kêu gọi đến phút giây sống trọn vẹn ở hiện tại, một hiện thực không bị chi phối, dẫn đưa, mời gọi nào đến từ bên ngoài, mọi nỗ lực phải được hưng động, phát tiết ngay từ bây giờ, chính trong con người và tâm thức này. Chỉ khi nào ta nhận chân ra được tâm cảnh, biên giới, nhị nguyên, đối tượng, con người, hòa nhập với nhau thành một, kết nối những trỗi dậy ở bên trong quyện với bên ngoài, tạo thành năng lực vô biên, mênh mông lan tỏa trên từng đi lại, một sự thường hằng không gì sánh kịp.

Thiền sư Trí Bảo (? - 1190) Trong sách Thiền Uyển Tập Anh ghi lại cuộc đời của sư như sau: Sư họ Nguyễn là cậu của thái úy Tô Hiến Thành đời Lý Anh Tông, xuất gia tu hành ở chùa Thiên Tước, ăn gạo hư, mặc áo rách, ba ngày mới nhóm lửa thổi cơm. Khi ra đường thấy kẻ nghèo hèn thì khoanh tay tránh lối, gặp người tu hành thì quỳ lạy chào. Sư chuyên tu tập thiền định, sau khi thành đạo bèn chống gậy xuống núi, từ đó đi phổ khuyến khắp nơi để lo việc sửa cầu đường, dựng chùa tháp. Có vị khách tăng đến hỏi sư:

- Sinh từ đâu tới? Tử đi về đâu?

- Sư còn phân vân nghĩ ngợi, khách tăng nói:

"Còn đang nghĩ ngợi
Vạn dặm mây trôi".

(Nghĩ nghi chi gian
Bạch vân vạn lý).

- Sư không đáp được, vị khách tăng bèn quát:

- Chùa tốt mà không có Phật! Quát xong tăng khách bỏ đi.

Từ đó sư vân du tìm thầy học đạo, nghe danh thiền sư Đạo Huệ ở Tiên Du bèn đến tham vấn, sư nêu ra câu hỏi mà lúc trước vị khách tăng nọ đã hỏi sư: " Sinh từ đâu tới, tử đi về đâu? "

Thiền sư Đạo Huệ đáp:

- Sinh không từ đâu tới, tử chẳng về đâu.

Sư hỏi:

- Thế chẳng phải rơi thoát vào chỗ trống không ư?

Đạo Huệ đáp:

- Chân tính diệu viên, thể tự không tịch, vận dụng tự tại chẳng cùng với sinh tử. Cho nên nói sinh không từ đâu tới, tử chẳng về đâu.

Sư lĩnh ngộ thưa rằng:

"Không nhờ gió cuốn mây trôi hết
Màu xanh sao tỏ một trời thu?"

(Bất nhân phong quyện phù vân tận
Tranh kiến thanh thiên vạn lý thu)

Đạo Huệ nói:

Ngươi thấy cái gì?

Sư đáp:

"Quen biết đầy thiên hạ
Tri âm được mấy người? "

(Tương thức mãn thiên hạ
Tri âm năng kỳ nhân?)

Như một thứ âm ba vô tận, chấn động lòng người, đập vỡ tan hoang mọi trì trệ ứ đọng, đẩy ta bay bổng ra ngoài càn khôn, trong sự hụt hẫng khiếp đảm cùng cực, trong sát na bí lối đó khiến ta chợt tỉnh. Cái có hòa quyện với không, sanh với tử như một điệp khúc réo rắt gọi mời. Cái đẹp trọn vẹn hiển lộ là lúc ta đẩy xô tất cả vào tận cùng, cuốn phăng hất trọn, buông xuống những đè nặng, chướng ngại, để cho bản thể diệu viên bừng dậy soi chiếu, không trụ bám vào đâu, dù đó là tử sinh hay niết bàn, mặc nhiên đến đi trong sự an tịnh, không còn bóng dáng của phiền não tử sinh. Khi nào ta còn sử dụng đến sự chỉ lối của ý thức, đưa đường của vô minh, còn chần chờ so đo tính toán, thì vẫn muôn trùng ngăn cách, vạn dặm sơn khê, mịt mờ hoang lộ, ta bị đẩy bung ngay xuống vực sâu, khó lòng leo lên được. Năng lực của thiền mở ra con mắt huệ, khiến ta thấu rõ mọi chuyển động, đưa ta từ thế giới triền phược, thong dong đi đến giải thoát, mở ra giá trị đích thực của sự sống. Một khi ta biết tận dụng tất cả năng lực nội tại, quán chiếu vào tận cùng, uống được ngụm nước đầu nguồn, ta sẽ thảnh thơi đi về muôn lối mà không lo sợ hụt hẫng.

Thiền sư Tịnh Không (1091 - 1170) Trong sách Thiền Uyển Tập Anh ghi về sư như sau: Sư chuyên tu hạnh Đầu Đà, mỗi khi nhập định suốt mấy ngày mới dậy.

Có một thầy tăng hỏi:

Lời dạy của Hòa thượng nghĩa thế nào?

Sư đáp:

"Ngày ngày gặt lúa về
Quanh năm kho đụn rỗng".

(Nhật nhật khứ hoạch hòa
Thì thì không thương lẫm)

Tăng nói:

Đệ tử chưa hiểu.

Sư nói:

"Sáng mãi trời trăng
Mây trôi tỏa bóng".

(Nhật nguyệt trường minh
Phù vân cái ấm)

Nói đoạn sư đọc bài kệ:

"Kẻ trí không ngộ đạo
Ngộ đạo ấy ngu đần
Duỗi chân nằm nghỉ khoẻ
Chân ngụy chẳng chi cần".

(Trí nhân vô ngộ đạo
Ngộ đạo tức ngu nhân
Thân cước cao ngọa khách
Hề thức ngụy kiêm chân).

Có người hỏi Phật là gì? Ngài đáp:

"Nhật nguyệt trời cao soi mọi cõi
Ai hay mây khói phủ non sông".

(Nhật nguyệt lệ tam thiên hàm trân sát
Thùy tri vân tụ lạc sơn hà?)

Lại hỏi tiếp: Làm thế nào mà hiểu?

Sư đáp:

"Mục đồng ngủ mãi lưng trâu nọ
Câu chuyện anh hùng biết được sao?"

(Mục đồng kỳ quán ngọ ngưu bối
Sĩ hữu anh hùng khoa đắc y)

Hỏi: Ý tổ và ý Phật giống nhau, khác nhau thế nào?

Sư đáp:

Trèo non vượt biển muôn dặm đều hướng về cửa khuyết.

Tăng nói:

Trí tuệ của Hòa Thượng thật đặc sắc kỳ lạ, sao không cho các đệ tử cùng biết?

Sư đáp:

Ngươi thổi lửa, ta làm gạo, ngươi xin ăn, ta lấy bát. Ai phụ bạc ngươi?

Trong cõi mênh mang sâu thẳm, ta lầm lũi rong chơi lạc bước nẻo luân hồi, đi từ thế giới hiện thực đến phi thực, rồi từ phi thực trở về với hiện thực. Từng bước đi với nhọc nhằn trĩu nặng, ngang trái phủ vây, hay từng bước đi về an tịnh? Tâm cảnh mà ta đang trực nhận, với bao buồn vui biến động, nhưng cũng là hiện cảnh, thân thể của ta dù réo gọi bởi vô thường sinh lão bệnh tử, thì cũng vẫn là nơi chốn để ta nương vào tu tập, không o bế cũng không tàn nhẫn với chính mình. Cho dù ta phát nguyện trở lại, hay vì nghiệp lực nhân quả khiến ta có mặt, thì ta vẫn phải sống, vẫn phải cưu mang, đem hết tâm lực hoàn thành đạo nghiệp. Quá khứ, tương lai vốn bất định, tâm cảnh biến đổi hư ảo không thật, hy vọng trông chờ ở một nơi chốn khác, tốt hơn đẹp hơn, sáng lạn hơn cảnh sống của ta bây giờ, là điều không tưởng. Mong cầu có được một thân tướng đẹp hơn, tốt hơn, không khổ đau, không chi phối bởi sinh diệt, nếu không là báo thân, ứng thân thì đều huyễn tướng. Ngoài chốn này, nơi này, hiện tại này, phút giây này, thì có chỗ nào chốn nào, phút giây nào, để ta thảnh thơi nhẹ bước, trong khi ta chất đầy âu lo, phiền não khổ đau bám theo quấy rối? Ngoài thân thể của tinh cha huyết mẹ, nghiệp lực dẫn dắt, ta chờ đến chừng nào để có được một hình hài khác, tốt hơn đẹp hơn, khi tuổi già sức yếu, vô thường bệnh tật thi nhau chế ngự, luôn phiên thăm viếng?

Ta sống ở đây nhưng tâm thức lúc nào cũng chạy nhảy ở tận phương khác, ta nhận lãnh mọi hậu quả do mình tác tạo, nhưng lúc nào cũng ra công chối bỏ. Giây phút thắp sáng hiện hữu, tìm lại con người đích thực của mình, liên tục bị ta đánh mất, thế giới mà ta đang sống và cảm nhận, luôn bị ta xô đẩy khước từ. Nhưng rồi sẽ có một ngày ta bỏ lại sau lưng tất cả, không dậy được, không mở mắt ra được, mọi thứ đều trở nên xa lạ, cảm giác trở nên rời rạc, không còn hơi sức để sống để thở, lúc ấy mặc cho số phận nghiệp quả thao túng. Ta ra sức nguyện cầu để được ban bố, ân sủng, nhưng không chịu sớt chia, nhận vào chứ không cho ra, không phát khởi lòng từ bi vô lượng. Ta đòi hỏi cái gì, điều gì, khi tâm cùng cảnh sống của ta vốn như thế, không hề thay đổi?

Thiền sư Chân Không (1046 - 1100) Một hôm Sư nghe thiền sư Thảo Nhất giảng kinh Pháp Hoa lòng bừng tỉnh ngộ, vua Lý Nhân Tông rất kính mộ sư bèn sai sứ mời sư về Đại nội giảng kinh Pháp Hoa.

Một hôm có vị tăng hỏi:

Diệu đạo là gì?

Sư nói:

Giác rồi mới biết.

Người kia nói:

Học nhân chưa hiểu được xin thầy dạy cho.

Sư nói:

"Đến được động tiên sâu thẳm ấy
Linh đơn đổi xác mới quay về. "

(Nhược đáo tiên gia thâm động nội
Hoàn đan hoán cốt đắc hoài quy)

Hỏi: Thế nào là linh đơn (hoàn đan)?

Sư đáp:

"Vạn kiếp si mê không hiểu thấu
Sáng nay bừng mở nẻo khai minh."

(Kiếp tịch ngu mông vô động hiểu
Kim thần nhất ngộ đắc khai minh)

Hỏi: Thế nào là khai minh?

Đáp:

"Khai minh thấy hết trần gian nọ
Muôn loại sinh linh thảy một nhà."

(Khai minh chiếu triệt ta bà giới
Nhất thiết chúng sinh cộng nhất gia)

Hỏi:

Người ta nói: “Tuy không biện luận nhưng đâu đâu cũng gặp người”.

Người đây là ai?

Sư đáp:

"Lửa cháy tàn rồi, tan sạch hết
Non xanh, mây trắng vẫn còn bay."

(Kiếp hào đồng nhiên hào mạt tịnh
Thanh sơn y cựu bạch vân phi.)

Hỏi:

Sau khi chết xác thân tan rã rồi thì sao?

Đáp:

"Xuân đi xuân đến ngỡ xuân hết
Hoa nở hoa tàn cũng lại xuân."

(Xuân lai Xuân khứ nghi xuân tận
Hoa lạc hoa khai chỉ thị xuân.)

Người kia đang suy nghĩ, sư hét một tiếng và nói:

"Bình nguyên sau trận cháy
Cây cỏ càng xanh thơm."

(Bình nguyên kinh hỏa hậu

Thực vật các thù phương).

Mọi biến hiện đổi thay, cháy hết tàn hết, tiêu tan hết, cũng là điều tự nhiên của vô thường, nhưng trong bản thể tuyệt cùng của chân như, giác ngộ, thì vẫn còn đó ở đó không hề vơi. Giải đất tâm một khi cày bừa thật kỹ, quét dọn thật sạch, đốt tan phiền não, đoạn diệt vô minh thì giác ngộ mới bùng lên soi sáng, mọi thứ trở nên tươi tốt rực rỡ. Chỉ có sự thiêu hủy đúng nghĩa mới hiển lộ nên những bí ẩn ngàn đời phong kín, hiên ngang trong từng biến hiện, một sự vươn mình trỗi dậy vượt thoát ra ngoài có không, nhập thẳng vào dòng chảy bất tận, không đi qua chặng đường so đo tính toán, ru ngủ. Không có biểu tượng, dẫn chứng nào tồn tại, phải tự mình trải nghiệm thì mới biết đó là cái gì, hương vị ra sao.

Tất cả chỉ là sự kết nối của tương duyên tương hợp, trong sự vô thường biến đổi, còn có vi diệu của chân thường bất biến, nhận thức và quán chiếu được như thế, thì tâm ta sẽ được an lạc, hạnh phúc thật gần có thể với tay kéo xuống, nó có mặt ngay tại nơi đây, con người này chứ không ở đâu khác. Chỉ cần lòng từ bi chan hòa trên muôn lối, trí tuệ dâng trào thắp sáng cõi nhân sinh, thì an lạc hạnh phúc nào không ngự trị ở trong ta?

Vua Trần Thái Tông, một vị thiền sư cư sĩ lỗi lạc, ngài sáng tác ra bốn mươi ba Công Án, vô cùng độc đáo, chúng ta thử chiêm nghiệm một vài công án dưới đây:

Công án thứ 14

Nêu:

Bách Trượng nói: Thế nào là không thuyết pháp này cho ngươi?

Nam Truyền nói: Không phải tâm, không phải Phật, không phải vật.

Niệm:

"Nghìn thánh tìm người không dấu vết
Toàn thân ẩn cõi Đại hư không".

Tụng:

"Nhìn lên công án chẳng thiên lệch,
Đối diện xem xem mới rõ là.
Phật pháp chính ngôi cầu chẳng ở,
Đêm về lại trú rặng lau hoa".

Lê Hữu Nhiệm- Băng Thanh dịch
Thơ Văn Lý Trần, tập 2 Quyển Thượng, trang 140-141

Công án thứ 38

Cử:

Có vị tăng hỏi Thiền Sư Huệ Tư về đại ý Phật Pháp. Tư nói; " Gạo ở Lư Lăng giá bao nhiêu?"

Niệm:

"Bóng trúc quét thềm, bụi trên thềm không lay động
Vầng trăng chiếu nước, mặt nước không vết ghi".

Tụng:

"Ngữ khí quả là trang hảo hán
Tùy theo căn tính độ quần sinh
Lư Lăng giá gạo bao nhiêu nhỉ?
Rút lại gang tay vạn lý trình".

Thiền Sư Thích Nhất Hạnh dịch

Thúc ép tâm thức liên tục thẩm thấu một điểm, cho đến khi bùng vỡ, không để cho ngôn ngữ tư tưởng bám theo gây rối, không để chỗ cho dựa mong, cơ hội có mặt, không để cho tâm thức tìm cách ru ngủ. Một sự bí lối vô ngôn, dù rằng tự thân của "vô ngôn" đã là "hữu ngôn". Bản chất của ngôn ngữ là vô thường, nó chỉ có thể diễn tả phần nào tư tưởng, nhưng trên lĩnh vực xúc tác vào giác ngộ thì hoàn toàn bất lực. Ta không thể dựa vào sự bất định của tâm thức để đổi lấy sự trá hình không thật khác của chính nó. Trong thiền không có định nghĩa, áp đặt, chỉ có trực nhận đối đầu, gay cấn để bùng vỡ, không có chỗ cho sự đầu hàng trốn chạy chối bỏ ẩn núp. Ta ra công gắng sức để quật tung, thể nhập vào tận cùng, mới trông thấy trọn vẹn được sự tuyệt vời khuất lấp đâu đó. Phải giải quyết mọi thứ từ đây, phút giây hiện tại này, giải phóng mọi thứ từ đây, con người tâm thức này.

Tuệ Trung Thượng Sĩ (Trần Tung) 1230 - 1291 một nhà thiền học thâm uyên, một con người tự tại phóng khoáng, không gò bó trong ngôn từ tư tưởng, không câu nệ trong hình thức, tướng trạng, tự do thong dong đúng nghĩa. Ngài từng theo học thiền với Thiền Sư Tiêu Dao, một vị thiền sư nổi tiếng cuối đời nhà Lý, và là học trò của Thiền Sư Tức Lự. Trong tác phẩm Thượng Sĩ Ngữ Lục, phần Đối Cơ (Tùy theo cơ duyên mà ứng đối) có đoạn.

Hỏi:

Phật Thế Tôn nói: "Suốt bốn mươi chín năm nay, ta chưa hề nói một tiếng nào". Thế thì mười hai phân giáo do đâu mà có?

Sư đáp:

"Kiếm vung khỏi hộp mong về lại,
Thuốc báu lìa bình muốn bệnh tiêu".

Lại hỏi:

Thế nào là Phật chính mình?

Sư đáp:

“Không nhấp rượu bồ đào
Khó tìm người đập hũ”.

Lại hỏi:

Làm thế nào mà biết được?

Sư đáp:

“Một đêm cùng ngủ nhà to,
Gặp con sông rộng chung đò cùng sang”.

Lại hỏi:

Thế nào là tâm của cổ Phật?

Sư đáp:

“Đều bảo khắp thành không quốc sắc,
Hay đâu cửa tía có thuyền quyên”.

Lại hỏi:

Người xưa nói "tức tâm tức Phật" mà sao Phật không hiện ra trước mắt?

Sư đáp:

“Mổ trai, dầu vẫn khó tìm châu,
Mổ cá, đừng mong dễ kiếm đâu”.

Lại hỏi:

Không thể dùng “trí” mà biết, không thể dùng "thức" mà hiểu Thế thì nên làm thế nào?

Sư đáp:

"Người gỗ tìm xuống biển
Ca hát khúc vô sinh.

Gái đá lướt mây xanh,
Thổi điệu buồn tất lật".

Lại hỏi:

Thế nào "vô thức cũng vô trí"?

Sư đáp:

"Khổng Nhân chưa trình rõ,
Tài "thức" ngựa "truy phong"
Tiết Chúc hẳn khó lòng,
Giỏi "trí " gươm "liệt vũ".

Lại hỏi:

"Thấy sắc liền nghe tâm" ý nghĩa thế nào?

Sư đáp:

"Vào nước "cởi trần" nên bỏ khố
Đừng học Hàm - đan quên ngọc đào".

Đỗ Văn Hỷ - Huệ Chi dịch, Thơ Văn Lý Trần tập 2 Quyển Thượng, trang 321, 322

Và ở một đoạn khác.

Có người hỏi:

Gia phong của Thượng Sĩ thế nào?

Sư đáp:

"Nhàn, kêu vượn đón quả rừng
Lười câu cá suối, xin cùng hạc tranh".

Lại hỏi:

Tổ ý và giáo ý giống nhau hay khác nhau?

Sư đáp:

“Sóng, nước tuy hai chẳng cách xa
Hoa dù nở, nụ vẫn là hoa”.

Lại hỏi:

Bồ Đề và phiền não, giống nhau khác nhau thế nào?

Sư đáp:

“Vị muối trong nước biển
Sắc keo giữa màu xanh”.

Lại hỏi:

Thế nào là nghiệp sanh tử?

Sư đáp:

“Sương thu li lách bờ lau
Tuyết đêm lất phất dưới bầu trời trăng”.

Lại hỏi:

Dật Đa không tu tịnh huệ, tại sao vẫn thành Phật như thường?

Sư đáp:

“Trên cây đào thắm đúng kỳ
Cúc vàng bên dậu chắc gì đã xuân”.

Lại hỏi:

Ngồi thiền tập định thì thế nào?

Sư đáp:

Vua chúa xuống xe chào ếch bướng.

Lại hỏi:

Không ngồi Thiền tập định thì thế nào?

Sư đáp:

Thuyền Phạm Lãi sông hồ thoả thích.

Đỗ Văn Hỷ - Huệ Chi dịch, Thơ Văn Lý Trần tập 2 Quyển Thượng, trang 322- 323

Tư tưởng và phong cách siêu việt của ngài ẩn chứa trong từng ngữ khí, vượt ra ngoài lằn ranh định mức, không bị gò ép uốn nén trong phạm trù tư tưởng, từ trong dòng chảy tuyệt vời của trí tuệ giác ngộ, tự tại lưu xuất không gì đuổi theo sánh kịp. Nó như sấm sét bùng lên mưa tuôn xối xả, khiến ta choáng ngợp hụt hẫng, có lúc nhẹ nhàng bay bổng, có khi dồn dập đẩy ta lên tận trời cao, có dịp chém thẳng vào dòng tư tưởng đang ngập ngừng, toan tính ở trong ta.

Trong sự tưởng chừng bất chợt khủng khiếp đó, là cả một sự mênh mông tỏa sáng, một khung trời lặng yên, không gì bén mảng đến chi phối được. Muốn chạm vào, ta phải phá vỡ mọi ngăn cách, xa lìa những đeo cứng ôm chặt, gạt bỏ mọi đi lại, phiền nhiễu. Như nhát kiếm chém phăng vào dòng nước, làm sủi bọt tung toé, nhưng kiếm và nước vẫn không hề hấn, không lưu lại dấu. Tất cả đều bị ngã nhào, cuốn trôi, đổ sập, trước nội lực trí tuệ vô cùng độc đáo của Tuệ Trung Thượng Sĩ.

Thiền Sư Trúc Lâm Trần Nhân Tông (1258 - 1308) một vị vua nổi tiếng khoan hòa, nhân ái, một nhà thơ, nhà văn hoá, và cũng là một thiền sư lỗi lạc. Ngài là Sơ Tổ Thiền Phái Trúc Lâm, một thiền phái mang đậm dấu ấn của Thiền Việt Nam, đi vào cuộc đời để chuyển hóa khổ đau phiền não trong sự giác ngộ vượt thoát của mình. Chúng ta tìm hiểu vài trích đoạn trong phần "Thầy trò hỏi đáp" dưới đây, để thấy sự giác ngộ tuyệt vời của ngài.

Có vị tăng hỏi:

Thế nào là gia phong của Phật quá khứ?

Ngài đáp:

"Rừng vườn vắng vẻ không người quản
Mận trắng đào hồng riêng tự hoa".

Hỏi:

Thế nào là gia phong của Phật hiện tại?

Đáp:

"Nước trắng mênh mông chim én lạc
Vườn tiên đào thắm gió xuân say".

Lại hỏi:

Thế nào là gia phong của Phật vị lai?

Đáp:

"Đợi triều bên bể trăng gần mọc
Nghe sáo thuyền câu khách nhớ nhà".

Lại hỏi:

Thế nào là gia phong của Hòa Thượng?

Đáp:

"Áo rách ôm mây, ban mai húp cháo
Bình xưa dốc nguyệt, trời khuya nấu trà".

Băng Thanh dịch, Thơ Văn Lý Trần tập 2 Quyển Thượng trang 496

Gia phong, là tác phong, cung cách, bản chất riêng biệt đặc thù, tự thân tâm toát ra nội lực cùng sức sống diệu kỳ, khiến ta hết lòng quy ngưỡng, hết lòng vươn tới. Tự mình nỗ lực khai phá để cho bản thể giác ngộ trong ta bừng dậy soi sáng, một khuôn mặt đích thực "bản lai diện mục", một khuôn mặt không bị biến dạng méo mó, không bị thời gian bào mòn đào thải, một khuôn mặt như thật, từ vô thủy đến tận vô chung mãi còn vô tận.

Từ thế giới biến đổi vô cùng của thời gian, xuyên suốt qua từng hiển hiện của không gian, từ đỉnh cao ngút ngàn đi lại của tâm thức, đến chốn không cùng của uyên nguyên. Tất cả trên đường trở về của tịch lặng, không có sự đơn độc hụt hẫng nào trong đến đi, chỉ có đẩy xô chối bỏ, phủ quyết của chính ta trong mọi vấn đề. Nâng lên hay buông xuống, thả ra hay nắm vào, mở ra hay đóng lại, bây giờ hay bao giờ, đều do chính ta quyết định. Như một câu nói bất hủ vượt ra ngoài càn khôn của Thiền Sư Chân Nguyên: "*Vì anh đưa một nét. Đầu núi ánh dương hồng*".

MÙA XUÂN QUA THI KỆ

Đi cho hết cõi Ta Bà, sống cho trọn kiếp nhân sinh, cuối cùng chúng ta quay đầu về cố quận, điểm không cùng của sanh tử, lằn ranh vô tận của vô minh, khởi đầu và chung cuộc. Một sự đối diện gay go, thách đố giữa hai bờ mê ngộ, trên từng đỉnh cao ngút ngàn của gian truân vất vả, với vô thường cận kề nối nhịp, hay trên từng hoang sơ trơ trụi tuyết sương, nhịp bước cùng ta trong sự hoan hỷ tuyệt cùng? Phố núi mây mù, sương mờ huyễn hóa, ta làm kẻ lang thang lạc bước nẻo luân hồi, trôi lăn vào cuộc đời đầy biến động. Trong muôn vàn sắc màu của kiếp nhân sinh, giữa chốn phong ba có không dị biệt, trên vạn nẻo đi về của thành, trụ, hoại, diệt, có rồi không, không rồi có, đổi thay biến hiện, nối kết với thời gian, xuân, hạ, thu, đông, đến rồi đi, nở rồi tàn, với sanh, lão, bệnh, tử, thân phận mong manh của kiếp người. Như một âm vang, điệp khúc vô tận, réo gọi không dừng, mịt mùng xô đẩy, đến hẹn lại lên, thi nhau tước đoạt.

Bốn mùa luân chuyển của đất trời, xuân nồng hương sắc, từng chớm nụ nở hoa, áo xanh áo đỏ, tin yêu hy vọng, những ước mơ không bao giờ dứt, những khát vọng đợi mong không bao giờ cạn.

Nắng hạ chứa chan, đượm cả không gian, đốt cháy lòng người. Thu về mang theo bao nỗi thương nhớ, trên từng nẻo xưa chốn cũ, đếm thời gian trôi qua, nơi mí mắt bờ môi, in dấu đợi chờ lên từng tâm khảm. Đông đến, ôi! Giá buốt tái tê, mưa buồn phủ kín, lạnh cả nhân gian, cả lòng người cây cỏ. Thời gian càng khắc nghiệt bao nhiêu, thì niềm hy vọng cho một ngày mai sáng lạn, một mùa xuân tươi vui, càng dâng cao bấy nhiêu. Dù đó, một ảo ảnh xa xưa còn sót lại, một chút bình minh ấm áp, bất chợt len lỏi qua tâm hồn. Trong chuỗi dài bất tận đổi thay của năm tháng, quá khứ nối nhịp với tương lai, trở thành thông lệ, mỗi lần xuân đến mang theo hương lạ, khiến cho cõi lòng hân hoan chào đón, nhưng rồi cũng thành thông lệ, cuộc vui chưa trọn lại hối hả ra đi, chưa nở vội tàn, chưa kịp ngừng lại vỗ cánh bay, để cho cõi lòng hụt hẫng vấn vương, thương tiếc thi nhau tràn về chế ngự.

Từ ngàn năm trước, đến tận ngàn sau, cũng bấy nhiêu không thay đổi, cũng thời gian, không gian, tâm thức trôi nổi, lên thác xuống ghềnh, ngày lại ngày qua, đêm lại đêm đến, nước chảy mây bay, qua cầu gió thổi. Bốn mùa đến đi, thi nhau thăm viếng, héo úa nhạt phai thi nhau rơi rụng, tâm thức nhớ mong trở thành ước định. Đợi mùa xuân, ngóng mùa hạ, chờ mùa thu, trông mùa đông, rồi xuân đến, hạ tới, thu qua, đông về, thành định mức của thời gian. Tất cả là định luật tự nhiên, dù chờ hoặc không chờ, dù đợi hoặc không đợi, không một ai có thể làm đổi thay, nó vốn như vậy nếu nhận chân ra được, thì còn điều gì để chúng ta phải lo toan?

"Xuân đến Xuân đi ngỡ Xuân hết
Hoa nở hoa tàn chỉ là Xuân".

Từ những cánh cửa mầu nhiệm nào đó của thi kệ, thiền sư phổ nên bản nhạc không cùng của giác ngộ, để lối đi về thắm đượm an nhiên, cho hoa bướm ngày xuân tao ngộ, cho lòng người có dịp nở hoa, cho mê ngộ đong đầy hương sắc. "*Người soi diện mục bên bờ suối. Thấy nụ hoa trôi bỗng giật mình*". Thiền là chất liệu sống, sự sống, là suối nguồn tâm linh vi diệu, soi thấu bản thể của muôn vật, tìm về uyên nguyên của tự tánh, trải lòng nhận biết trên từng tâm cảnh. Ngôn ngữ không còn là ngôn ngữ, trở thành tiếng lòng phủ kín không gian, hiển lộ những chôn dấu tận cùng. Muốn bắt nhịp phải bắt ngay từ trong ấy, từ những ẩn mang không cần đến sự lý giải của ý thức, những ngăn ngại không cần đến sự viện dẫn của tri thức.

Hy vọng càng cao, hụt hẫng càng lớn, thời gian vẫn là chứng nhân của từng hiển hiện, trong những đổ vỡ tàn phai, đến đi luân chuyển ấy, ta khám phá điều gì, để có được sự giác ngộ, nhận thức tinh tường? Quả thật không phải là điều dễ dàng, làm sao để cho sự an lạc thường hằng trong mọi trạng huống, từ tâm đến cảnh, từ cảm giác đến thức giác, sáng tỏ trên từng lối đi nẻo về, không đợi mong lỡ nhịp, một sự phổ cập trùng lắng, đầy ắp sự ung dung tự tại của những con người nối kết được thời không, tâm cảnh, thiên nhiên, hai bờ mê ngộ, trở thành một thực thể bất khả phân ly.

Từng suy tư, từng hành động, từng hơi thở, đong đầy hương thơm tinh khiết của giác ngộ, ở đó không có rộn ràng đợi mong khi xuân đến, cảnh đến, mà là sự hoan hỷ cùng tuyệt. Hương xuân, ý xuân thắm đượm trong đất trời, lòng người, không hề nhạt phai, không còn biên giới nhị nguyên, chủ thể khách thể, quá khứ tương lai, chỉ có hiện tại và bây giờ. Một sự tỉnh thức không có bóng thời gian, và thời gian đã không thì làm gì có bốn mùa để lập?

"Tâm tức Phật, Phật tức tâm
Linh diệu chiếu cùng kim cổ thông
Xuân đến, tự hoa xuân mĩm miệng
Thu về, đâu chẳng nước thu trong".

Tuệ Trung Thượng Sĩ

Sống trọn vẹn với ý nghĩa tuyệt vời của giác ngộ mới không bị thời gian đào thải, nó không còn là một ý thức, chỉ biết suy tư mặc cả. Sự kết tinh những nỗ lực được chuyển hóa, thành một thứ năng lượng nuôi sống huệ mạng. Sự chuyển dịch của bốn mùa, không kéo nổi sự lớn lên trong tâm ý, tâm cùng cảnh đã hòa nhập làm một, dù không làm chủ được cảnh, nhưng bên trong tâm thức, liên tục quán chiếu từng vi tế khởi diệt, nên lúc nào cũng tự tại, mỉm cười với gió trăng, với nở tàn rơi rụng, mà vẫn không hề biến động lung lay. Hoa có nở rồi tàn sẽ gây khổ đau thương tiếc, cho những ai phóng tâm móng ý, nhưng sẽ không tác động cho những ai, ý thức minh mẫn một điều đã là hoa thì phải nở, phải tàn. Nhận thức một cách đúng đắn, sống trong sự linh hiện của tỉnh thức, sẽ giúp ta nhẹ bước an nhiên, đến đi trong vô thường sanh tử, như một chặng đường dừng chân thăm hỏi, khai phóng nở ra trên từng hiện thực.

"Hoa xuân nở hết lại sương thu
Phù thế cuộc đời khó bền lâu
Ra thẳng ngoài trời cho thỏa chí
Càn khôn nơi ấy có chừng đâu."

Thủy Nguyệt Thiền Sư
Thiền Sư Thích Thanh Từ dịch

Mỗi lần đóa mai hé nụ, ngàn hoa đua nhau khoe sắc, là dịp để cho con tim rộn ràng, đợi mong trở thành thông lệ, như nhịp cầu đến đi, trên bến bờ sanh tử, mà ta đang cam chịu, nhưng có mấy ai làm chủ được, theo đó mà vượt thắng hiên ngang đếm bước trong từng nụ cười an tịnh? Một cơ hội không do mình tạo mà do đất trời tâm cảnh nối nhịp, vì thế khi duyên đã hết, khi cảnh đã tàn cũng là lúc kéo theo bao mộng đẹp, dập tắt bao hy vọng.

Trong sự bẽ bàng cô liêu, ngang trái đong đầy, hạnh phúc hay thương đau, tất cả được kết nối hình thành, do và bởi vì chính chúng ta, khởi lên sự tiếc nuối không nguôi. Như đoá hồng hé nụ ban mai đón gió nhè nhẹ lùa qua, và rồi một thoáng mây bay chỉ còn lại những tàn hoa rơi rụng dưới chân hồng. Một thoáng mây bay, một làn gió từ đâu đưa lại, trở nên những thứ cần thiết cho con người, thiếu nó cuộc đời sẽ trở nên vô nghĩa, và hình như không còn sinh lực để sống để thở.

1,

Năm cánh hoa tròn, vàng nhị phô
Nổi lênh vảy cá, chìm san hô
Đông ba tháng trải, cành khoe trắng
Xuân một lần thơm , nhánh nhẹ đưa
Đêm ngỡ nước trong, chim cháy cổ
Sương lừng hương ngát, bướm tan mơ
Hằng Nga như biết đây hoa đẹp
Quế lạnh cung Thiềm, há mến ưa?

2,

Năm ngày ngại rét, lười ra cửa
Gốc lẽ nào ngờ đã gió xuân
Mặt nước băng tan, cây bóng ngã
Đầu cành hoa trĩu, ấm chưa phân
Trăng chìm xóm núi, lời ca bỗng

Mây ướt quan hà, tiếng sáo ngân
Lạc tới chim bao, hoa một nhánh
Muốn đem tặng bạn, khó vô ngần!

Thiền Sư Trúc Lâm Trần Nhân Tông
Trần Lê Văn dịch Thơ Văn Lý Trần 2 Quyển Thượng trang 471

Dù rằng gió mây lững lờ bay về nơi vô tận, mang hương lạ trải đến muôn phương, đem nhịp thở phủ đều trên từng đỉnh cao ngất, qua bao nhiêu năm tháng thách đố cùng thời gian, vẫn liên tục cất tiếng reo vang, tạo nên sức sống diệu kỳ. Phải chăng diệt vong là cơ hội tìm lại những gì đã mất, tận cùng của khổ đau là đỉnh cao của hạnh phúc? Thời gian càng cay nghiệt bao nhiêu, thì ngược lại không gian vỗ về bấy nhiêu, ở đấy vẫn những làn mây trắng như dải lụa trên nền trăng sao ẩn hiện, tỏa ra ánh sáng dịu dàng làm ấm lại những tháng ngày lang thang tìm phương trời chôn kỷ niệm. Ở đó không có sự đày đọa của thời gian, không bị đốt cháy bởi không gian, chỉ có sự an tịnh dâng tràn lên từng tâm thức.

"Thuở bé chưa từng rõ sắc không
Xuân về hoa nở rộn trong lòng
Chúa xuân nay bị ta khám phá
Chiếu trải giường thiền ngắm cánh hồng."

Thiền Sư Trúc Lâm Trần Nhân Tông

Lời thơ mộc mạc bình dị thanh thoát, với tất cả chân tình không hề vướng bận, cái cảm giác tinh khôi trỗi dậy, khám phá phút giây tuyệt vời thường xuyên có mặt. Hiện thực ngay lúc đó, chỉ có bấy nhiêu, không thêm không bớt, không thiếu không thừa, thấy sao nói vậy, có sao thấy vậy. Một sự giác ngộ phủ vây cảnh cùng tâm, sự diệu kỳ của sức sống bùng lên đọng lại tức thì ngay lúc đó, cảnh đó tâm đó con người đó, lặng yên vượt ra ngoài thời không. Hoa bướm ngày xưa nơi vườn thượng uyển, hay bướm hoa bên núi đồi cô tịch, sắc ấy hương ấy có khác đi nhưng cõi lòng ngài không hề đổi thay xao xuyến, tất cả đều giống nhau.

Thời gian trôi qua trong âm thầm lặng lẽ, không một lời thưa hỏi tiễn đưa, bốn mùa thay áo cho nhau. Sự thức tỉnh đến tự nhiên, sự bình thản đến lạ lùng, đong đầy trong từng hơi thở. Cái đẹp, cái hay, cái nên thơ, là có những lúc không cần đào thật sâu, bới thật kỹ ở trong tâm ý để dệt vần, cho lời thơ bóng bẩy đong đưa, nhốt kín thơ trong ước lệ. Hãy để cho nàng thơ thong dong bay nhảy trong sự tuyệt cùng, ta không thể thúc ép khi sáng tạo. Điều quan trọng là chất liệu kết tinh, xuất phát từ đâu, thấm được bao nhiêu vào tâm cảm.

"Xuân về hoa bướm gặp nhau đây
Hoa bướm phải cần họp lúc này
Hoa bướm xưa nay đều là huyễn
Giữ tâm bền chặt bướm hoa thây."

Giác Hải Thiền Sư
Thiền Sư Thích Thanh Từ dịch

Xuân đến tự lúc nào, sừng sững ở đó, ngay tại đó, khoác chiếc áo thời gian lên tâm thức trinh nguyên, không đổi thay mời gọi, chỉ có lắng lòng thở sâu. Mùa xuân vẫn là đề tài nóng bỏng, gợi hứng cho ta nhiều nhất, mùa của những vẻ đẹp tuyệt vời trên trần gian ra sức điểm tô khoe sắc. Từ thiên nhiên đến con người, nghèo cùng đến giàu sang, khổ đau đến an lạc, tất cả đều ấp ủ trong lòng một niềm hy vọng, một mùa xuân có chúa xuân ngự trị. Niềm hy vọng ấy dài lâu hay mong manh như sương khói, đều do tâm thức của ta tạo thành. Cành mai năm xưa và cành mai bây giờ vẫn là cành mai của một hiện tại tối thắng.

"Xuân sặc sỡ, cỏ như nhung
Khắp chốn ngàn cây bông trổ gấp
Một cành dương liễu nảy trùng trùng
Trăng chìm đáy biển nước lóng lặng
Đảnh núi nhật lên bày chót cao."

Thiền Sư Nhất Cú Tri Giáo
Thiền Sư Thích Thanh Từ dịch

Trong vô tận của thời gian lẫn không gian, trong sự biến hiện đổi thay của kiếp người, trong sự tàn phá không cùng của vô thường, giác ngộ mới là điều tuyệt diệu, một mùa xuân bất tận, một cõi thênh thang nhẹ bước đi về.

NGÔN NGỮ THIỀN, THIỀN NGỮ, THIỀN THI

Ngữ ngôn, một chặng đường

Trong sự đi hoang nào đó của tư tưởng, cảm xúc, ngôn ngữ, thì bản chất của ngôn ngữ, âm thanh đều là vô thường, giới hạn, và không thật. Vì nó không có thực tính độc lập, phải nương với nhau mà thành, nhờ vào căn, trần, thức, mở lối nên mới hiện hữu. Người ta tạm định nghĩa, "ngôn ngữ chỉ là một công cụ" dùng để biểu đạt ý nghĩ, trạng thái tâm sinh lý để người khác nhận biết, thấu hiểu, cảm thông. Có nhiều dạng ngôn ngữ, ta có thể tạm chia ra làm hai, ngôn ngữ xuất phát ở bên trong (nội tính) và ngôn ngữ thể hiện ở bên ngoài (ngoại tính). Cho dù phát xuất từ đâu, một khi sử dụng nếu ta không có trí tuệ, chân thật, ái ngữ, lợi hành, lợi người, thì không khéo sự biểu đạt ấy, đôi khi lại là mầm mống, nguyên nhân của những hiểu lầm, ngộ nhận, xích mích, đáng tiếc khác.

Tự bản chất đích thực, vốn như thế của nó, thì không có gì để phải luận bàn, vì đây, điều cần thiết phải như vậy, chỉ là một nhu cầu, nhưng đã là nhu cầu, có khi cần và đôi khi lại không cần. Nhưng ở lĩnh vực khác, cái lĩnh vực mà tâm thức vọng động luôn khuấy nhiễu, sự ngộ nhận thường xuyên bén mảng xúi dục, đôi khi lại không còn cần thiết nữa, bởi lẽ, nói càng ít càng tốt, không nói lại càng tốt hơn, không lời nhiều khi giá trị còn hơn vạn lời.

Ngôn ngữ thiền, thiền ngữ, thi kệ như không là ngôn ngữ, như là ngôn ngữ, một thứ ngữ ngôn mà ta sẽ không bao giờ tìm thấy một định nghĩa, một quy cách, hoặc tìm phương để đóng khung nó trong tháp ngà của thế giới tỷ lượng. Nó vượt lên không lưu lại dấu, vang vang về nơi vô tận, nó không nằm trong kho tàng luận thuyết của tâm thức, còn hằn sâu in đậm dấu ấn nổi trôi, nó không đầu mối, kẽ hở để ta níu vào trụ bám, nó vươn lên cao vượt ra ngoài mọi tầm ngắm, đích nhắm.

Nếu ngôn ngữ là một công cụ, và đã là một công cụ thì phải có tiêu chuẩn, độ hoàn thiện và những tối ưu của nó, khi sử dụng, ta phải có trách nhiệm, tiêu chuẩn đạo đức, nhân phẩm tốt, tâm hồn lành mạnh, ngôn hành cao quý thì mới mang lại lợi lạc đến cho mình và cho người, dẫn đến sự cảm thông chia sẻ, xích lại gần nhau. Còn nếu phát xuất từ những con người bất thiện, đầy dẫy vô minh, tham sân si, tâm thức thường xuyên ô nhiễm, khi sử dụng ngôn ngữ như một công cụ quyền năng, mệnh lệnh, chà đạp, giày xéo, gây thương tổn cho muôn loài. Như thế, ngôn ngữ không đơn thuần là ngôn ngữ mà trở nên biến tướng, cưỡng ngôn, tước đoạt, gây đổ vỡ, ngăn cách, chia lìa, khủng hoảng, thù hận, tăm tối, hủy diệt.

Thông thường, ta chạy theo ngôn ngữ, sống với ngôn ngữ, với thần tượng, quyền năng, niềm tin lệch lạc, vòng quay cảm xúc tùy hứng của kẻ khác ban tặng, nên ta thường xuyên lo sợ bất an, do vì không làm chủ được chính mình, và như thế ta sẽ đau khổ. Khi nào ta nhận chân ra được mê lộ của tâm thức, những rối bời của xúc cảm, sự rủ rê, lọc lừa, dối trá của tư tưởng, và khi ta biết quay về sống với nội tâm, với chánh niệm, kiểm soát những hưng khởi ở bên trong, không để cho tâm ô nhiễm, phiền toái bất an chi phối, lũng đoạn, một lòng hướng thiện, như thế phần nào ta bớt được đau khổ. Bởi lẽ, những gì xuất phát từ bên trong, thường đi qua quá trình kiểm chứng ở nội tại, nhờ tư duy thẩm thấu nên được chín chắn, sáng suốt, do vậy hậu quả ít phiền não hơn. Những gì khởi động, hướng từ bên ngoài, thường là do đột biến, chưa kịp đi qua quá trình thẩm định đúng mức, chạy theo bản năng, ngoại tại, cảm tính, tùy tiện, không biết tiết chế, nên hậu quả thường là khổ đau.

Nhưng nếu, xuất phát từ bên trong, ở trong đó chứa bao lụy phiền, vô minh còn phong tỏa, khổ đau tràn ngập, thân tâm, ngôn hành không cao đẹp, còn tăm tối, ở bên trong vốn đã bất an, đau khổ, vì thế khi phát tiết ra bên ngoài, không có sự thẩm định, kiềm chế, vung vãi lung tung, gây khủng hoảng, và hoang tưởng cho kẻ tiếp nhận. Ở đó còn là một dạng ức chế, tâm sinh lý căng thẳng, mất phương hướng, đàn áp chính mình và áp đặt với tha nhân, và đó, khởi đầu cho sự bất an khổ đau.

Nhưng, hầu như ta lại ưa thích sống chung, khóc cười, hả hê với ngôn ngữ, ca tụng, tán dương lẫn nhau, sử dụng nó như một thước đo, chỗ dựa tinh thần, nơi trú ẩn an toàn, để rồi chạy theo những tung hô, đón mời, dù ta thừa biết chỉ là mộng huyễn, lọc lừa, không thật. Tại sao ta phải buồn vui với cảm xúc của kẻ khác, để cho những điều đó, những thứ đó, những thứ không do ta, không là của ta, không thuộc về ta, không phải việc của ta, không dây dưa đến ta, lại quấn vào mình níu kéo, luẩn quẩn vây quanh, bám vào tâm thức, cứ thế mà lặn hụp, chết chìm? Tại sao ta phải buồn vui đau khổ, do kẻ khác ban tặng miễn phí, vô tình hay cố ý ta trở thành một món hàng, thứ đồ chơi, do kẻ khác định đoạt, mặc cả, như trái banh để cho kẻ khác đá loanh quanh trong vòng sinh diệt vô tận? Tại sao ta không công bằng và thành thật với chính mình, không tự mình quán chiếu, không làm một cuộc đổi thay? Có thật ta muốn như thế, hay ta vốn như thế? Ta biết tất cả đều là vô thường, huyễn mộng, tương duyên tương hợp, thì sao ta không sống thật với chính mình, không bằng lòng với chính mình, mãi chạy theo cảnh theo người, theo vui buồn của xúc cảm, hay tại căn bệnh đổ thừa cho nghiệp, một thứ tập khí còn đọng lại, do huân tập từ trước, đang tác oai tác quái.

Không phải ở đó là sự tuôn trào không kiềm tỏa nào đó của tâm thức, và ta sử dụng như một công cụ chỉ nhằm thỏa mãn bản năng, vô minh, tham sân si. Khi nào ta được sáng soi bởi tuệ giác, khám phá ra chân lý tuyệt vời, thân tâm đong đầy sự an lành tươi mát, thì ngôn hành mới trở nên thuần khiết, thăng hoa cho đời, chuyển giao sự an lạc cho nhân thế, mang lại hạnh phúc thật sự cho chính mình.

Trả ngôn ngữ về với ngôn ngữ

Trả ngữ ngôn về lại cho ngữ ngôn, về với sự tôn nghiêm, cần thiết của chính nó, về với chỗ đứng của thật ngữ, chánh ngữ, về với sự thiết yếu, truyền tải thông điệp đong đầy yêu thương trí tuệ, lòng vị tha, sự thanh thoát cao tột của tâm linh. Trả ngôn ngữ về với bản chất đích thực mà nó đã có, đã từng trú ngụ, đã từng yên vị, trả về với thuở ban đầu, nguyên ngữ, cái tâm thanh tịnh, không có sự dẫn đưa của vô minh, không có sự lôi kéo của ý thức xen vào gây rối, lũng đoạn, những phiền não bế tắc, trả về với chỗ đứng nguyên thủy, nơi không có vọng niệm chen vào lôi kéo, không có cảm xúc thường tình nhảy vào tước đoạt, một sự tĩnh lặng tuyệt vời mà không ngôn ngữ nào đủ thẩm quyền để diễn tả. Một sự bình yên cao tột, không đến từ ngôn từ mời gọi, một sự vắng lặng chơn chất, dung dị vượt lên cao, trên những đỉnh cao lồng lộng mà ý thức không bao giờ đuổi kịp.

Bậc đạo sư, những vị thầy cao cả, những con người siêu việt, lại không muốn nói năng, không muốn thuyết, chỉ muốn lặng thinh, những điều muốn nói thì không thể nói được, khó nói, không biết phải mở lời làm sao, không thể nói được, bất khả thuyết, bất khả tư nghì, nhưng rốt cuộc lại phải mở lời, không thuyết cũng không được, không nói cũng chẳng xong. Thiền sư Chân Nguyên ở vào thế kỷ thứ 17, có bài thi kệ, nói và không nói thật tuyệt vời:

"Nói ra là bị kẹt
Không nói cũng chẳng xong
Vì anh đưa một nét
Đầu núi ánh dương hồng".

(Hữu thuyết giai thành bảng
Vô ngôn diệc bất dung
Vị quân thống nhất tuyến
Nhật xuất lĩnh đông hồng).

Ở vào vị thế đối đãi, ở vào cái thế nói và không, động và tịnh, động trong tịnh, tịnh trong động, phi ngôn phi ngữ, hễ mở miệng nói, lập tức bị kẹt rồi "nói ra là bị kẹt" để rồi "không nói cũng không xong" vậy thì làm sao, phương gì, cách gì? Cuối cùng, cái nét chấm phá lửng lơ, treo trên đầu ngọn sóng, ánh dương quang rạng ngời soi tỏ ở đó, núi đồi, thung lũng, đỉnh cao của tâm thức thoát ly cao tột. "Nói năng như chánh pháp, làm thinh như chánh pháp", có phải đúng lời, đúng chữ, đúng lúc, đúng thời, đúng chỗ, đúng việc, đúng người, đúng đối tượng?Thiền tổ Bồ Đề Đạt Ma chín năm trầm hùng diện bích, tổ Vô Ngôn Thông ít khi mở lời, bậc cổ đức tại sao khước từ sự nói năng, không thèm nói, chẳng muốn nói, không chịu mở miệng, lặng yên, câm nín, là tại làm sao, vì sao? Có phải, trong thế đứng chênh vênh nào đó của ngôn ngữ chữ nghĩa, hể mở miệng thì đã rơi vào đối đãi, bế tắc, dòng tâm thức, cảm xúc, tư tưởng, thường xuyên ô nhiễm? Nhưng muôn loài đều phải nói năng, phải bày tỏ, diễn đạt, dù ở dạng này hay dạng khác.

Ở đây, không phải là điều chúng ta phủ nhận ngôn ngữ, phi ngôn ngữ, văn tự, sự đào thải của tâm thức, thời gian, phí công, tốn sức, phí lời. Mà là sự vượt thoát ra ngoài, đạt ý quên lời, không thèm để ý, không để dính mắc, không vướng bận, không bị lôi kéo, không lưu lại, chẳng thèm để lại, vắng bặt toàn triệt, trần trụi, nguyên mẫu, một sự tỏa sáng rực rỡ, mà không ngôn ngữ nào có thể diễn tả, lăm le, bén mảng đến được. Nhưng rồi "không nói cũng không xong" sự miễn cưỡng, né tránh, điều bất đắc dĩ, là làm sao? Có phải, nhằm để cảnh tỉnh, răn dạy nhắc nhở, thương tưởng chúng ta nên mới mở miệng, tạm thời sử dụng, tính khế lý khế cơ, để ta nương theo đó tự mình tìm ra chân lý, tự mình đốt đuốc soi đường tìm lại chính mình, và đó cũng là sự có mặt của kinh điển, ngữ lục. Nhằm tô dấu, ghi lại tiến trình tâm linh giác ngộ, sự chuyển hóa toàn triệt thân tâm. Những bảo bối vi diệu đó, giúp ta theo đó dập tắt mọi khổ đau, những ẩn dụ mật ngôn, những công án tuyệt vời, những lời thiền ngữ, liên tục đánh động vào tận cùng tâm thức, khiến ta choàng mình tỉnh thức, nhận ra được toàn thể vấn đề, đâu là giá trị đích thực tối hậu, một cách tự nhiên, nguyên vẹn. Lật tung ngôn từ, mò tìm chữ nghĩa, thì không thấy gì, không thể thấy, nó khuất lấp mất tiêu, bặt tăm mất lối, vì nó không đến từ ngôn từ, không dựng nên từ ngôn ngữ, không có mặt trong ngôn từ, nên không có ở đó, không thấy ở đó, tìm ở đó như mò kim đáy biển, không thấy gì cả, không có gì cả, chẳng có gì cả, một sự không nghĩ chẳng bàn, bất tận.

Ở đó, chỉ có sự thẩm thấu cao tột, vi diệu, bừng sáng của giác ngộ, vẹn nguyên của hình hài ban sơ, dĩ tâm truyền tâm, của lý tính chơn như tuyệt vời, vượt ra ngoài mọi phạm trù sai biệt, những định nghĩa phù phiếm, ức hiếp ngôn từ, luận bàn huyễn mộng. Đâu đó mất hút tự bao giờ, sự năng động trôi nổi của ý thức bị đánh bật ra, sự phong tỏa của vô minh, sự bày biện của ngôn ngữ, bị đẩy bung xuống hố thẳm, bặt hết, chìm hết, rụng hết. Một sự vắng lặng trống không toàn triệt, không có gì để phải nói năng, để phải suy nghĩ, không còn gì để phải luận bàn, một sự lặng thinh tuyệt vời lan tỏa, không bến bờ ngần mé.

Thiền sư Quảng Nghiêm (1121–1190) Đời thứ 11 dòng Vô ngôn Thông, có bài kệ trước khi thị tịch.

(Ly tịch phương ngôn tịch diệt khứ,

Sanh vô sanh hậu thuyết vô sanh.

Nam nhi tự hữu xung thiên chí,

Hựu hướng Như Lai hành xứ hành)

"Lìa tịch mới bàn câu tịch diệt,
Được vô sanh, sau nói vô sanh.
Làm trai có chí xông trời thẳm,
Chớ dẫm Như Lai vết đã qua".

Thiền Sư Thích Thanh Từ dịch

Rời xa điều đó, mới có thể nói được điều đó, không dính mắc cái đó, mới đủ năng lực nói đến cái đó, vượt ra ngoài thứ đó mới trông thấy vẹn toàn được mọi thể tánh. Khi còn dính mắc, khi chưa thông suốt tinh tường, khi dạ còn tăm tối, tâm thức thường nhiễm ô, thì không thể nhận chân ra được điều gì cả. Một khi ta bừng ngộ, thức tỉnh, ta nhận ra do đâu và vì đâu, thấy rõ đâu là căn nguyên, đâu là vấn đề, đâu là đại sự, thì lập tức ta nhẹ nhàng, chính mình quyết định số phận, dù đó mê ngộ, niết bàn, tử sinh. Những điều đó, đều do ta làm chủ, toàn quyền định đoạt, không một ai, đấng tối cao, toàn năng, quyền năng nào, có thể thay đổi, xúi dục và làm khác đi được. Ta không cần phải bám theo, tôn thờ lạy lục, o bế một ai, không cần phải dẫm theo lối mòn đi lại của kẻ khác, dù đó là nhà tư tưởng vĩ đại, đa năng túc trí, ta chỉ việc dõi theo bằng định lực của giác ngộ đang rộng mở trong ta, mở ra khung trời lắng đọng của tâm ý, sự lên đường bùng vỡ của giác ngộ, bằng chất liệu cao cả của yêu thương và tỉnh thức, rõ biết một cách sáng suốt về chân lý tối hậu. Bởi lẽ, sự giác ngộ đến từ trong ta, ở trong ta và do ta định đoạt, chính ta mới đủ thẩm quyền làm cho mình giác ngộ, về với giác ngộ, để được giác ngộ, sống trong giác ngộ, làm theo giác ngộ. Như vậy giác ngộ là của ta, riêng ta, do ta, vậy ta có cần phải níu lấy ai, bám theo ai, chạy theo ai, để được giác ngộ?

Muốn được giác ngộ ta phải chuyển hóa, làm mới tâm thức và con người của mình, phải thay đổi thói hư tật xấu, đoạn trừ vô minh, phiền não tham sân si, để cho trí tuệ phát khởi, bằng lòng với những gì đang hiện hữu, sống an nhiên với những gì đang có, đang tới, sẽ tới, phải tới, và nó phải được thành tựu từ một tâm hành an lạc chói sáng, cao tột, thánh thiện, để hoàn thành đại nguyện cứu mình và độ người.

Thi ca, chặng đường của cảm xúc

Cảm xúc là một dạng bùng vỡ của tâm cảnh khi nắm bắt thực tại, nhưng cái thực tại này đôi khi được bày biện, và vẽ ra bởi cái cảm xúc, một dạng tâm lý thông tục, lúc nào cũng chất đầy trong ta, đợi chờ cơ hội là trỗi dậy. Nếu cảm xúc không dâng cao độ, không phá vỡ biên giới, không chọc thủng hiện hữu, không thể nhập vào thực tại, sống với hiện hữu, không tinh tế thâm sâu, không vực dậy những chôn dấu trong tận cùng, không đưa tri cảm thoát ra ngoài vùng cấm, không bay bổng lên từng cao, thì thi ca sẽ nằm yên ở đó, sẽ không trở mình thức dậy, sẽ không trãi mật đơm hoa, sẽ không mang hương sắc đến cho đời. Nó chỉ dừng ở đó, ở những cảm xúc trá hình, ở những hương sắc tàn phai, ở những đổi thay bất chợt, chìm trong hưng động, chết ngộp trong thổn thức của bản năng.

Nói cho cùng, cảm xúc chỉ là một tiến trình, một sự kết hợp phát sinh khi đủ duyên, khi căn, trần, thức gặp nhau, những tín hiệu, những nắm bắt của cảm xúc và cảm thọ, phần trôi nổi, biến động đi hoang nào đó của tâm thức. Cảm xúc thường bị ru ngủ, lầm lẫm, lạc lối, vì thế ta phải khắc phục cảm xúc, làm chủ xúc cảm, tư tưởng, từ đó mở ra cánh cửa như thật, hướng đến chân, thiện, mỹ.

Thông thường, nếu khởi đi từ cảm xúc thông tục, tức còn bị phong tỏa, điều khiển bởi bản năng, tâm lý bất định, thì hậu quả sẽ gây khủng hoảng, gieo rắc thêm đau khổ. Thi nhân thường ôm lấy khổ đau, sống với khổ đau, quyện với khổ đau, thương cảm, nhớ mong, đợi chờ, rên rỉ, nên dễ tạo sự đồng cảm với đối tượng, vì trong ta đang có sẵn mầm mống, đang chất chứa, đang chôn dấu điều đó, nên có cùng một nhịp điệu, giai tầng. Nên khi trao gởi lời thơ tiếng nhạc, ta dễ dàng rung động, cảm thông, thấm dần vào trong tâm thức, khiến ta cứ thế mà hít thở lấy cái cảm xúc bi lụy ấy, vì thế bình an càng ngày càng vắng bóng, thổn thức khổ đau luôn trông chờ lấn tới. Còn nếu, chỉ thuần ca tụng, tán dương, tùy hỷ, chấp nhận, thì lại vô tình nâng cấp điều ấy lên gấp đôi, không thực chất, hệ lụy là khổ lại càng khổ, đau lại càng đau, hoang tưởng lại càng hoang tưởng.

Khi xem và nghe những lời thơ bi lụy, chất chứa sầu đau, đêm nhớ ngày mong, ta càng bi lụy hơn, khi nghe những thứ mùi mẫn, ướt át, rên rỉ, ta lại rơi nước mắt khổ đau theo. Bởi lẽ, trong ta đang đầy dẫy cảm thọ về khổ đau, hỷ, nộ, ái, ố, cảnh quyện vào tâm, tâm sống cùng cảnh, và đây là dạng tâm thức có sẵn trong ta, chứa đầy trong ta, ta cần phải kiểm soát, loại trừ, dù đó tập khí vi tế, cần phải chuyển đổi để cho tâm luôn được trong sáng an lành. Nếu ta sống với cảm xúc của kẻ khác, sống với dòng tâm thức bất định của họ, thì nó sẽ vây quanh, quấn vào mình lúc nào chẳng hay, khó lòng lìa bỏ, nếu không có sự quyết tâm vực dậy, tìm phương thoát ra, bằng lòng hoán chuyển.

Tâm của ta chất đầy lo toan phiền lụy, mở ra đóng lại trong từng sát na, trong từng vi tế khởi diệt, ngày đêm không một phút giây nào ngừng nghĩ, nên tâm thức của ta khô kiệt, héo úa, rã rời. Ta bồi dưỡng, o bế tấm thân tứ đại bằng sự ăn uống, bằng những chất dinh dưỡng, béo bổ hằng ngày. Nhưng ta bỏ đói tâm, ta vét khô, ta làm cạn kiệt nó, ta tìm phương bày kế, ngày đêm quẩn quại, ta dày vò tra tấn tâm, ta bồi bổ tâm bằng cách tăng thêm sự thoả mãn cho bản ngã, sự hiếu chiến, năng động, hoang tưởng. Mục đích có phải gia cố thêm cái bản năng, bản ngã đầy lòng tham và dục vọng, để cho vô minh phiền não tham sân si ngự trị, dẫn ta mãi trôi lăn trong luân hồi sinh diệt.

Cũng chỉ vì ta đàn áp cái tâm ấy, ta khống chế ức hiếp cái tâm ấy, ta bắt tâm ấy chạy theo những ảo tưởng không thật, những tôn thờ phi lý, mãi để cho vô minh, tham sân si cuồn cuộn trải đầy ở trong ta, những toan tính gọi mời, chiếm dụng, sở hữu, ta để nó tha hồ đi hoang, chạy theo nghiệp quả bất thiện. Ta để cho tăm tối thường xuyên tác động, thúc ép nó đủ điều, ta sống với quá khứ một thời hào nhoáng, mơ tới một tương lai không có gì bảo chứng, ta nắm bắt ảo vọng ở hiện tại, khiến cho cái tâm ấy dở sống dở chết, rã rời, mỏi mòn, đau khổ. Chưa bao giờ ta để nó ngơi nghỉ, không một phút giây lắng lòng, chưa có một chút an lành nào dù chỉ lóe qua, ta không cho nó và cho ta một cơ hội sống thật với lòng mình, hiên ngang với chính mình, giải thoát cho tâm mình.

Đã đến lúc ta lắng lòng nghe từng nhịp thở của thân tâm, nghe tâm nỉ non, nói cùng ta những nhịp điệu tin yêu, nghe cùng ta nhịp thở của tỉnh thức, đi vào suối nguồn tươi mát vi diệu của tâm, ta để tâm, chú tâm, nhập tâm vào từng chuyển động, từng suy tư tác tạo, để tâm vào một chỗ, để tâm chuyên chú vào một nơi, thì không việc gì mà không thành, không việc gì mà không đạt được, vì tâm làm chủ, tâm tác tạo, tâm là đạo. Buông nhẹ thân tâm, lắng nghe những vi diệu phát tiết đi lại trong tâm, an trú ở phút giây tuyệt vời hiện tại, thấy được sự mầu nhiệm ngay từ đây, từ giây phút này, ở ngay đây, đến từ đây.

Bằng cách, ta kiểm soát mọi chiều hướng đi lại, tới lui của tâm, không phong tỏa bế lối, cứ để nó thong dong ta chỉ việc bám theo, dẫn lối, hướng đến chân lý tối hậu, hòa nhập thành một khối nhất như, trong sáng. Thay vì ta để cho tâm lang thang, bất định, không nơi nương tựa, chạy nhảy tận đâu đâu, ta ở đây mà nó thì ở phương nào. Ta chưa bao giờ để nó thật sự thong dong, chưa làm một cuộc cách mạng đúng nghĩa, dọn sạch rác rưởi trong tâm, phủi sạch những ô nhiễm bụi bặm, đừng để bám vào. Ta thực tập, kéo nó lại gần, vừa tầm nhìn, theo dõi tâm ở khoảng cách gần, liên tục như thế, càng gần, rồi thật gần, gần hơn nữa, xích lại thật gần để hòa nhập thành một, không còn có cảnh, người, không đối tượng, không tất cả, không tâm, trống không và tròn đầy ta bỏ hết, buông hết, rũ sạch những phiền lụy lo toan, những gần xa níu kéo, để cho thân tâm được nhẹ nhàng thư thả, không vướng bận, có được như thế thì định tuệ mới phát sinh dẫn ta đi đến an lạc, giải thoát.

Một khi ta biết dõi theo, làm kẻ soi đường dẫn lối, trở về với tự tánh, về với chân tâm, về với thường hằng bất biến, về với uyên nguyên, về với bản lai diện mục, lúc đó ta mới thấy trọn vẹn được tất cả, soi tỏ được tất cả. Tâm là tất cả, tất cả là tâm, tâm tạo ra mọi thứ, mọi điều, tâm làm chủ, tạo tác, cất giấu, tàng chứa, cũng cái tâm này ta phiền não tử sinh, cũng cái tâm nầy ta an lạc giải thoát, cái tâm là của ta, ta toàn quyền định đoạt.

Thiền tính trong thi ca

Không là nhà thơ, không yêu thơ, không gắn bó cùng thơ, không dõi theo thơ, không sống cùng thơ, không ăn ngủ với thơ, có là thơ? Không là thiền sư, hành giả thiền, không sống với thiền, không huân tập thiền, không hít thở, ăn ngủ cùng thiền, có là thiền? Ngữ ngôn nào là ngữ ngôn của thiền, không phải thiền, sự o bế, gán ép, cưỡng đoạt, để cho giống thiền, có vẽ gần với thiền, dựa hơi thiền, có là thiền? Chặng đi hoang nào đó của tâm thức, phút bay bổng nào đó của cảm xúc, giây cao hứng nào đó của tâm ý, sát na đào bới nào đó của tâm cảm, sự đồng điệu nào đó của cảm giác, thoáng giật mình nào đó của tâm thức, chút bật dậy nào đó nơi hiện hữu để rồi hóa thành ngôn ngữ, chuyên chở cái cảm xúc thoáng qua bất chợt, để rồi cho đó là một khái niệm, một định nghĩa là thiền? Thiền tính hay tính thiền không nằm ở đó, không có ở đó, trong đó không bao giờ có. Rốt cuộc, vẫn chỉ là những đợi mong, o bế, hóa thân, ru ngủ trong mịt mờ của tâm ý, phút lắng lòng bất chợt, để rồi sau đó là những cơn sóng ưu phiền cuồn cuộn dâng cao choáng ngợp; sát na trở mình thức dậy, để rồi sau đó là những réo gọi, đợi mong, thổn thức ào ào ập đến. Đâu đó, vẫn chỉ là kẻ đứng từ bên ngoài để nhìn vào bên trong qua khe hở, nói chuyện ở bên trong, chuyện hơn thua, bàn tán to nhỏ, ngại ngùng, đắn đo, dọ dẫm.

Một khi chưa thật sự bước vào, chưa hòa nhập thành một khối nhất như, thì vẫn còn một khoảng cách lớn, một hố thẳm ngút ngàn không dễ gì vượt qua, sự đi hoang vô tận của tâm thức. Một khi nhịp thở chưa lắng lòng hòa nhập, còn say giấc mộng trên lối đi về, thì vẫn chỉ là những điểm tô trống vắng, không đồng bộ, đến từ một tâm thức không chịu dừng, trăn trở tung mình cũng chỉ rượt theo bóng thời gian, chìm trong hương sắc trôi về nơi bất định.

Ngôn ngữ của thiền và thi ca

Thi ca là phải vận dụng đến hình ảnh, đối tượng, cảm xúc mới biểu thị được đặc tính của nó, thi ca khởi đi từ bên ngoài, chạm vào bên trong để bật dậy cảm xúc, để rồi tuôn chảy ngược ra bên ngoài bằng quyền năng của ngôn ngữ. Nhưng với thiền ngữ, một thứ ngôn ngữ như không là ngôn ngữ, ẩn ngữ, mật ngữ thì lại khác, nhằm phô bày nội tâm giác ngộ, mà tâm vốn không hình, không tướng, không từ một đối tượng, không cho một đối tượng, như một dòng chảy miên man bất tận, chỉ có giai tầng, quan niệm, bày biện ra bên ngoài những dong ruổi, đi lại, chạy nhảy. Chỉ có thiền sư, những hành giả siêu việt, mới đủ năng lực để nắm bắt, soi thấu được tâm cảnh, hiển bày trí tuệ giác ngộ, nhẹ nhàng thanh thoát.

Cuộc đối đáp của Thiền Lão Thiền Sư với vua Lý Thái Tông, trở thành những lời thiền ngữ mang tính thi ca đầu tiên của nền văn học thiền Việt Nam. Một hôm vua đến chùa viếng sư và hỏi:

Hòa Thượng trụ núi này bao lâu?

Sư đáp:

"Chỉ biết ngày tháng qua
Ai hay xuân thu trước"

Vua hỏi:

Hằng ngày Hòa Thượng làm gì?

Sư trả lời:

"Trúc biết hoa vàng đâu cảnh khác
Trăng trong mây bạc hiện toàn chơn"

Vua lại hỏi:

Có ý chỉ gì?

Sư đáp:

Lời nhiều sau vô ích.

Vua Lý Thái Tông, hoát nhiên lãnh hội.

Sự vận chuyển dịch xê của thời gian, tâm thức, hư không, pháp giới, bốn mùa, tự nó vốn như thế, biết và sống trọn vẹn với cái như thật, với thật tướng của các pháp, thì thời gian hưng phế, dâu bể, đến đi không còn là mối bận lòng, ngày qua ngày tới cũng chỉ là sát na biến hiện, một khi vượt thoát thật sự, sự có mặt, khoảng cách, cũng chỉ là những tác duyên thường tại, không đến đi, trụ bám.

Thiền Sư Viên Chiếu (998 -1090) Có vị Tăng hỏi:

Phật với Thánh nghĩa ấy thế nào?

Sư đáp:

"Trùng dương cúc nở dưới rào
Trên cành oanh hót thanh tao dịu dàng".

Tăng thưa:

Cảm tạ thầy chỉ dạy, học nhơn chẳng hội, xin lại nêu bày ra?

Sư đáp:

"Ngày thì vầng nhật chiếu
Đêm đến ánh trăng soi"

Tăng hỏi:

Đã được chân chỉ của Thầy, còn huyền cơ thì thế nào?

Sư đáp:

"Bưng thau nước đầy không chú ý
Một lúc sẩy chân hối ích gì".

Tăng hỏi:

Tất cả chúng sanh từ đâu đến? Sau khi chết đi về đâu?

Sư đáp:

"Rùa mù dùi vách đá
Trạch què trèo núi cao"

Tăng hỏi:

Tâm và pháp cả hai đều quên, tánh tức chơn, thế nào là chơn?

Sư đáp:

"Hoa núi mưa sa thần nữ khóc
Tre sân gió thổi Bá Nha đờn"

Thiền Sư Thích Thanh Từ dịch, sách Thiền Sư Việt Nam, trang 66-68

Thấy sao nói vậy, có sao thấy vậy, một cái thấy tuyệt vời không biến động, không lôi kéo, không thủ đắc, cái thấy như thật, cái thấy không còn biên độ, ngăn cách, vì cái thấy đó đến từ sự giác ngộ, đến từ sự thức tỉnh, nên cái thấy ấy vẹn toàn, nguyên vẹn, trần trụi, chơn chất, từ tướng trạng của các pháp, đến thật thể của bản tâm, đều hòa điệu và đồng nhất. Ngôn ngữ tam muội của Thiền Sư Viên Chiếu, là một sự dạy bảo đầy cẩn trọng, ta lấy đó làm chất liệu, soi thấu bản tâm cho thật tinh tường sáng tỏ.

Ngôn ngữ thiền, không có trong quan niệm, khẳng định hay phủ định, lắp thêm mệnh đề, trên đầu còn chồng thêm một cái đầu khác, mà là sự diệu dụng, phổ cập, không giới hạn, hiển bày bản chất giác ngộ từ nội tâm siêu thoát, đẩy tâm thức của ta vượt tung ra ngoài, bay bổng lên tận mây ngàn không nơi trụ bám, chính trong phút giây cùng cực đó, bỗng nhiên ta nhìn rõ chân tướng của thực tại, nhìn rõ được bản thể vi diệu của các pháp. Không phải tự nhiên trong thiền đầy những thuật ngữ, nhiều khi ta cho là phi lý, nhưng những gì ta cho là phi lý, biết đâu lại có lý, và cũng biết đâu chính cái phi lý lại là có lý nhứt. "Để miệng đóng mốc", "được cá quên nơm", "lông rùa sừng thỏ", "hoa không đỏ liễu không xanh" không phải vô cớ mà người xưa đặt ra, nhưng với dụng ý gì, và để làm gì? Có phải đó là thuật ngữ, kỹ thuật, những xảo ngữ, chỉ ra điều vi diệu mà trong ngữ ngôn không thể chuyên chở, không thể diễn đạt, dễ bị nhầm lẫn, đưa đến sự ngộ nhận, chấp trước, lo bám chặt vào đó không chịu dứt ra.

Rõ ràng thiền ngữ chỉ là phương tiện đưa đường dẫn lối, bắt cái tâm của ta phải bật dậy, thu cái tâm về một mối, chính mình tự đào bới, tự mình mở cửa, tự mình quán chiếu nội tâm, tự mình tìm đến cứu cánh. Ở đó, sự rõ ràng quyết liệt, dứt khoát, phải quật khai tự tánh nơi chính ta, trong ta, hạt giống giác ngộ đã có sẵn trong mỗi chúng ta, và giác ngộ giải thoát chỉ có nơi nội tâm, ngoài tâm ra không có giác ngộ, ngoài khổ đau không có giải thoát, giác ngộ không có trong ngôn ngữ, ngôn ngữ không có trong giác ngộ, và giác ngộ là sự bật dậy nhập vào, cùng một nhịp thở, cùng lắng đọng.

Thiền ngữ chỉ là chiếc bè qua sông, chiếc phao cứu ta đang lặn hụp, nương bè để qua sông, nương những biểu đạt đó, để tự mình tìm cách thể nhập vào giác ngộ, tạo nhịp cầu để giác ngộ khởi động, tự mình trải nghiệm, mở ra những bí ẩn đang phong kín, uống được ngụm nước đầu nguồn. Một khi qua được bên kia rồi, đến được bờ kia rồi, tất cả thuyền bè phương tiện đều bỏ lại, vứt lại, ngay cả cái ý niệm đó cũng phải xóa nhòa, hất trọn, cưu mang theo để làm gì, vác theo để làm gì cho mệt xác, nhọc lòng, tốn công, vướng bận, dính mắc, bất tiện.

Thiền là sự thong dong, nhẹ nhàng, an lạc bất tận, không cần tìm cầu đâu xa, ở đây, tại đây, chung quanh đây, trong con người và tâm thức này, trong hữu hạn vốn ẩn chứa cái vô hạn, trong vô thường có chân thường, trong tiểu ngã dung chứa cái đại ngã, cầu ở đâu tìm ở đâu? Đất trời không hề nói năng mà vẫn dung chứa cả sơn hà đại địa, muôn loài, có ai sai bảo mà bốn mùa vẫn luân chuyển?

Có những lời chưa kịp cất lên đã chìm vào tịch lặng, có những ngôn từ chưa kịp phát ra đã rơi vào tan loãng, trở thành quá khứ, sự yên lặng không nói năng nhiều khi giá trị hơn vạn lời, vô ngôn mà hành lại vượt cả liên thành. Bí đường cùng lối, bặt ngôn vắng ý, hay ngôn ngữ tự nó là một hố thẳm? Đều tùy vào con người, tâm thức, mục tiêu, kết quả mà ta nhắm đến.

Với thiền, ngôn ngữ không là ngôn ngữ, mà cũng chẳng đích thực cái gì là ngôn ngữ, chẳng phải ngôn ngữ, và càng không thể dùng ngôn ngữ để chứng minh, biện minh, biểu lộ, suy diễn. Thiền vốn lắc đầu và khước từ tất cả, mọi thước đo, ngăn cách, phạm trù, quan niệm, nhị nguyên. Ngay cả cái công cụ tạm dùng để diễn đạt, cũng không còn là công cụ, chẳng phải công cụ, chẳng có gì gọi là công cụ, vì không có năng sở, đối tượng, nhận thức, sắc không, trong ngoài, không là gì cả, chẳng là gì cả, không dấu mà chẳng vết, không hề lưu lại, không để lại, bặt tăm.

Vì lẽ chủ trương của thiền không dính mắc nơi ngôn ngữ, văn tự, không sử dụng ngữ ngôn như một thước đo định hướng, mà là sự vượt thoát thong dong phủ trùm, thường hằng tỏa chiếu, trực nhận thẳng vào từng bản chất của hiện thực, sự nhận biết của như thật, không gì có thể ngăn ngại, lặng thinh phổ cập. Thiền còn đi xa hơn nữa, xóa nhòa mọi chặng đường dấu vết, pháp chấp ngã chấp, san bằng tất cả, đạp tung tất cả, và tất cả đều phải đổ nhào ngã sập. Bởi lẽ, ngôn ngữ cho cùng, chỉ là sản phẩm của suy tưởng, sự biến động của tâm thức, nên nó giới hạn và bất lực, ở bình diện giác ngộ nó đành phải chào thua, không thể mon men lại gần.

Cho cùng, thì có ngôn ngữ nào "như thị thuyết", với bốn mươi ba công án của Trần Thái Tông, ngôn ngữ nào cho một Tuệ Trung trác tuyệt, chữ nghĩa nào cho một Trúc Lâm Trần Nhân Tông, tiếng hú vượt thời gian của thiền sư Không Lộ, ngôn ngữ tam muội của thiền sư Viên Chiếu, đâu là vị thế đích thực ngữ ngôn của thiền sư Chân Nguyên? Cuối cùng tất cả chỉ là sự lặng thinh trở về với tự tánh, trở về với uyên nguyên giác ngộ, về với bản thể nhất như nguyên vẹn, một khi vượt ra ngoài nhơn ngã bỉ thử, ngã chấp, pháp chấp thì không còn gì cả, có gì cả, thấy gì cả, được gì cả.

Bài Ngôn Hoài của Thiền sư Không Lộ, tiếng gầm thét đó, tiếng hú kinh khiếp đó, làm lạnh cả nhân gian, lạnh cả lòng người, làm ngưng lại nhịp sống hối hả, những lo toan phiền lụy, làm ngưng đọng thời gian lẫn không gian, tâm thức trôi nổi, cứ thế mà cuồn cuộn quét sạch, vỡ tung, tiếng hú kinh khiếp đó vang vọng từ ngàn năm trước cho đến tận ngàn sau, vẫn mãi còn vang vọng.

"Kiểu đất long xà chọn được nơi,
Tình quê lai láng chẳng hề vơi.
Có khi xông thẳng lên đầu núi,
Một tiếng kêu vang, lạnh cả trời".

Kiều Thu Hoạch dịch
Lồng lộng một cõi thiền thi

Cho cùng, thì ngôn ngữ thiền cũng là một công cụ, nhưng là công cụ để dẫn đến tỉnh thức, giác ngộ, đưa đến sự giải thoát an lạc, hạnh phúc đích thực. Do vì được hình thành từ nội tâm của những con người giác ngộ, được phủ vây bởi năng lượng tỉnh thức, được an trú trong lắng đọng tuyệt vời, nên được tôn nghiêm, vượt thoát, thánh thiện. Những kết quả mà hành giả có được lại không đến từ cái công cụ đó, mà đến từ chính ta, từ sự đào bới mãnh liệt nơi nội tâm, sự quật khởi liên tục, ra công gắng sức hoàn thành, khiến mọi cơ năng trong ta bừng bừng trỗi dậy, làm một cuộc lên đường đúng nghĩa, đập vỡ càn khôn, trông thấy thực tại huy hoàng, bản thể chân như hiển lộ vẹn toàn.

Thiền là thiền, cảnh là cảnh, cảnh có là thiền, thiền có là cảnh, động là động, tịnh là tịnh, ngôn là ngôn, ngữ là ngữ, hai thái cực cùng song hành, không bắt gặp, không gặp nhau, không sánh bước, không trộn lẫn, không mở tung, nhưng là tất cả, nhất như hòa nhập làm một. Chỉ là như thế, chỉ có vậy, chừng đó cũng đủ rồi, tra vấn nhiều chỉ thêm mệt óc rối tâm, buông nhẹ thân tâm, trở về với thường hằng của tự tánh, một sự tuyệt vời lắng đọng, thuần khiết, ẩn dấu trên từng đi lại.

Một khi đã từ trên đỉnh cao của thức giác, của như thật, của trí tuệ chiếu rọi, thì tất cả mọi công năng, sự phô diễn, mở lời, đều lắng đọng, trùng điệp, như tiếng ngân vang không bao giờ dừng, như tiếng sấm nổ đinh tai nhức óc, xé tan màn đêm tăm tối. Ta phải đào bới, cất công khám phá, truy tìm nguyên nghĩa, phải trông thấy bản chất đích thực, phải thường nghiệm, thì mới thấy được, mới nhận biết, mới rõ ràng.

Mở được cánh cửa nội tâm thông suốt, kiến chiếu vào tự tánh, vào nơi thâm sâu, vào được bản thể vi diệu, là cả một quá trình siêu việt, một thứ nghệ thuật thâm sâu, vượt ra ngoài những gì cho là nghệ thuật, phạm trù, định hướng. Bởi lẽ, dưới ánh sáng của nội tâm giác ngộ, thực chứng thì tất cả mọi ngôn ngữ, chữ nghĩa bỗng biến mất, không còn là ngón tay chỉ mặt trăng, chiếc bè để qua sông. Ở một chừng mực nào đó, thì ngón tay cũng chỉ là ngón tay, chiếc bè vẫn là chiếc bè, đều là trò chơi của chữ nghĩa, giả định, nó xa tít tận cõi mù không. Cái riêng của đất trời trở thành cái chung của vạn hữu, bốn mùa lúc nào cũng nồng hương sắc, nhưng đất trời lại có quy luật riêng, cái quy luật riêng ấy lại thành cái chung của muôn vật. Chung và riêng vẫn là những hỗ tương cần thiết mà một khi phân chia, ngăn cách không tự tồn tại, hụt hẫng, đớn đau.

Nói cho cùng, chỗ tuyệt cùng nhứt, bài thơ cùng tuyệt nhứt, là ngôn ngữ đó, bài thơ đó, không bao giờ được cất nên lời, chẳng có mặt trong ngôn ngữ, hoàn toàn mất lối, bặt tăm, nhưng vẫn đong đầy trong cõi có không vô tận, thấm sâu qua từng chuyển động, len lỏi qua từng khe hở, thong dong trong cõi mịt mùng, tròn đầy, thâm sâu, lắng đọng. Ngôn ngữ tuyệt vời nhất, là ngôn ngữ đó không có trong ngôn từ, không nằm trong sinh diệt. Vô ngôn, hữu ngôn, thị ngôn, ngôn ngôn, ngữ ngữ, tất cả đều nhạt nhòa, tan biến tự bao giờ.

KHÚC CA CHỨNG ĐẠO CỦA TỔ TRÚC LÂM TRẦN NHÂN TÔNG

Trần Nhân Tông (1258 - 1308) còn có ngoại hiệu Trúc Lâm Đại Sĩ là một khuôn mặt lớn của nền văn học thi ca của Việt Nam và Phật Giáo. Một vị thiền tổ mà năng lực giác ngộ tỏa sáng rực rỡ trên bầu trời dân tộc và đạo pháp. Con người đó, siêu việt trong mọi tư duy và hành động, hoàn thành sứ mệnh cao cả. Nhân cách đó, làm rạng rỡ cho giống nòi và gia phong của đạo. Tư tưởng đó, nhân bản và giải thoát, chuyên chở gánh trọn nỗi niềm chung riêng của dân tộc và đạo pháp một cách toàn thiện

Trong kho tàng thi ca thiền ngữ, thậm thâm vi diệu của dòng thơ thiền, ta còn bắt gặp dạng thơ thiền bằng chữ Nôm của tổ Trúc Lâm Trần Nhân Tông. Đó là bài Cư Trần Lạc Đạo Phú (Phú Ở Cõi Trần Vui Đạo) và bài Đắc Thú Lâm Tuyền Thành Đạo Ca (Bài Ca Được Thú Lâm Tuyền Thành Đạo). Khúc ca chứng đạo viên mãn tròn đầy, tán dương xưng tụng giác ngộ, mở ra phương trời tâm linh sáng tỏ, đưa đường chỉ lối biết bao thế hệ hằng bao thế kỷ nay.

Theo những nhà nghiên cứu, chữ Nôm còn gọi là Quốc âm, là một hệ chữ ngữ tố (chữ tượng hình) từng được dùng để viết tiếng Việt. Chữ Nôm không biết có từ bao giờ và lúc nào, nó được cấu kết từ âm và nghĩa của chữ Hán.

"Chữ Nôm là cách viết biểu ý ngày xưa của tiếng Việt. Sau khi Việt Nam thoát khỏi ách đô hộ của Trung Quốc vào năm 939, chữ Nôm lần đầu tiên thành chữ quốc ngữ để diễn đạt tiếng Việt qua mẫu tự biểu ý. Hơn 1.000 năm sau đó—từ thế kỷ 10 cho đến thế kỷ 20—một phần lớn các tài liệu văn học, triết học, sử học, luật pháp, y khoa, tôn giáo và hành chánh được viết bằng chữ Nôm. Dưới triều đại nhà Tây Sơn, toàn bộ các văn kiện hành chánh được viết bằng chữ Nôm trong 24 năm, từ 1788 đến 1802. Những văn bản như sổ sách, công văn, giấy tờ, thư từ, khế ước, địa bạ v.v. chỉ đôi khi có xen chữ Nôm khi không thể tìm được một chữ Hán mang nghĩa tương đương chỉ các danh từ riêng (như tên đất, tên làng, tên người), nhưng tổng thể vẫn là văn bản Hán Việt bởi quan niệm sai lầm của giới sĩ đại phu các triều đại: "nôm na là cha mách qué". Nói cách khác, chữ Nôm là công cụ thuần Việt ghi lại lịch sử văn hoá của dân tộc trong khoảng 10 thế kỷ, mặc dù đó là công cụ còn chưa chứng tỏ được tính hữu hiệu và phổ dụng của nó so với chữ Hán.

Giải thuyết có thể trong lịch sử, chữ Nôm đã tạo ra từ những năm đầu khi vó ngựa viễn chinh của phương Bắc đến Việt Nam. Những chữ Nôm đầu tiên được sử dụng để chỉ cách gọi địa danh, hoặc những khái niệm không tồn tại trong Hán văn, mặc dù điều này do những cứ liệu thành văn còn lại hết sức ít ỏi, đã không thể được kiểm chứng một cách chính xác. Phạm Huy Hổ trong Việt Nam ta biết chữ Hán từ đời nào cho rằng chữ Nôm có từ thời Hùng Vương. Văn Đa cư sĩ Nguyễn Văn San cho rằng chữ Nôm có từ thời Sĩ Nhiếp cuối đời Đông Hán thế kỷ thứ 2. Nguyễn Văn Tố dựa vào hai chữ "bố cái" trong cụm từ "Bố Cái đại vương" do nhân dân Việt Nam xưng gọi Phùng Hưng mà cho rằng chữ Nôm có từ thời Phùng Hưng thế kỷ 8. Có ý kiến khác lại dựa vào chữ "cồ" trong quốc danh "Đại Cồ Việt" để đoán định chữ Nôm có từ thời Đinh Tiên Hoàng. Trong một số nghiên cứu những năm 90 của thế kỷ 20, các nhà nghiên cứu căn cứ vào đặc điểm cấu trúc nội tại của chữ Nôm, dựa vào cứ liệu ngữ âm lịch sử tiếng Hán và tiếng Việt, so sánh đối chiếu hệ thống âm tiếng Hán và tiếng Hán Việt đã đi tới khẳng định âm Hán Việt (âm của người Việt đọc chữ Hán) ngày nay bắt nguồn từ thời Đường-Tống thế kỷ 8-9. Nếu âm Hán Việt có từ thời Đường, Tống thì chữ Nôm không thể ra đời trước khi hình thành cách đọc Hán Việt (nếu xét chữ Nôm với tư cách hệ thống văn tự) mà chỉ có thể ra đời sau thế kỷ thứ 10 khi Việt Nam thoát khỏi nghìn năm Bắc thuộc với chiến thắng của Ngô Quyền vào năm 938". Nguồn: chunom.net

Dù ở dạng ngôn ngữ nào thì thơ Thiền, nhằm mở lối khai thông những bế tắc phủ vây che mờ tâm thức, khiến ta vực dậy năng lực giác ngộ tương tác của tự thân, vượt thời không đưa ta tìm về uyên nguyên tự tánh. Thơ thiền khởi đi từ thức giác xuyên qua tầng không tịch lặng về với vô cùng, những mật ngôn thâm diệu đó, những lời thiền ngữ thi kệ đó, còn là những thôi thúc nhắn bảo nhắc nhở đánh động liên hồi vào nội tâm của ta, đêm ngày sáng soi phổ nên giai điệu hằng sa bất tuyệt, trú ngụ chốn vô cùng. Ngôn ngữ đó, lời thiền phú đó, những thinh âm vi diệu đó, mở ra phương trời thênh thang lộng gió, vén mây vạch lối soi đường dẫn bước, đưa người vượt sông mê bể khổ, về với thường hằng tự tánh.

Những lời thiền phú cứ vậy và như vậy, vang vang vô tận, thi nhau tuôn đổ, từng bước đưa ta thoát khỏi lầm than, xóa nhòa biên cương lối mộng, để ta được dịp tắm mát dòng suối thiền vi diệu, nhẹ êm lung linh tỏa sáng.

Ở đó, còn là những hương hoa bất tuyệt, những hằng sa vô cùng, khúc ca chứng đạo vang rền một cõi, những thinh âm bất tận vượt ngàn khơi, ngự mãi trong vô cùng, từ vô thuỷ đến vô chung mãi còn bất tận. Không có kết cục hay mở đầu, không cần lên non dọ dẫm, chỉ có nguồn cơn rõ nét của mê ngộ. Những lỡ nhịp và thong dong, những quanh quẩn đẩy xô, trần gian lối mộng, những đắng cay ngang trái ngọt bùi, bến bờ tịch liêu hoang vắng, đêm trường mộng mị, giọt buồn giọt vơi rụng xuống nhân gian hóa thành mây ngũ sắc, còn lại cuộc lữ hành thong thả, tìm bến bờ dung thân. Một dạo một thuở, từ cái buổi lênh đênh tái tê gặm nhấm, vậy mà quay đầu đã là nghìn trùng xa cách, mất dấu bặt tăm, chạy dài mất hút. Cảnh và người lạc bước tìm nhau, trên đỉnh hoang sơ ba đào dậy sóng, hay vòng quay của số phận nghiệt ngã long đong, trần gian huyễn mộng, hay huyễn mộng trần gian, có là bao, có là sao?

Từng dòng thiền phú, từng chữ từng câu, đong đầy tấm lòng tấc dạ gởi gắm trong đó, từng lời nhẹ êm dịu ngọt vỗ về soi tỏ tâm mê một cõi. Những điệp khúc thinh âm, lời ca muôn thuở, đêm ngày vang vọng, nhắc nhở chúng ta lên đường đổi mới cuộc lữ thứ truân chuyên, xóa tan mê mờ nhân ảnh, huyễn mộng ba sinh, để lối về lắng đọng, tâm hoa bừng nở, soi cuộc đăng trình. Một sự tỉnh thức lạ thường, tuyệt nhiên phổ cập, mở ra muôn lối cho từng tâm thức, những tư duy thể nghiệm, những trao gởi muôn trùng, những thong dong ẩn chứa, là cả một cõi tâm rộng mở thênh thang, trên từng dấu ấn khắc ghi, một sự sinh động hiển bày trùng khắp.

Lời thiền ca tuyệt diệu, bản thiền phú không cùng, âm thanh giai điệu thắm đượm cõi lòng làm đẹp cõi tâm, tuôn chảy về nơi có không vô tận, cứ thế thong thả vượt thời gian, vang vọng cho đến ngàn sau bất diệt. Ở đó, còn là những thôi thúc réo gọi đêm ngày, nhắc nhở chúng ta lên đường chuyển hóa về với uyên nguyên, về với bản lai thường tịch. Cuộc vượt thoát lãng quên trên từng nỗi truân chuyên vướng bận, lay động tâm thức trên từng tử sinh cung bậc. Đâu là, lối về hoa nở tô thắm khung trời trinh nguyên ước nguyện, còn đâu gió cuốn mây trôi soi bóng cuộc đăng trình lữ thứ, đâu là tiếng vọng thinh âm, dội mạnh từng không một thuở?

Trên đỉnh cao cao lồng lộng, trên muôn vạn hình hài sắc không, từng nẻo đi lại dấn thân, chỉ có sự lặng lẽ trống trơn, tư duy quán chiếu tinh tường, thì mới thấy được đâu là lối vào, đâu là bến đỗ vươn cao thanh thoát, đâu là tầng không bất phân biên độ, cõi tuệ hương phủ ngập tâm tư. Lối về thênh thang vô tận, lời thiền ca soi nẻo không cùng, miền tịch lặng chiếu sáng muôn phương, lời ca tỉnh thức miên trường, hương tuệ tung bay trên mọi lối, khiến người nhận chân đâu là bến giác bờ mê.

Lời nhắn bảo thức tỉnh khôn nguôi, lời dặn dò cùng nhau lên đường chuyển hóa, trở về với bản thể tịch nhiên, thường hằng tự tánh. Từng lời từng chữ từng mật ngôn, thấm vào hồn rót vào tim cứ thế miệt mài tuôn chảy, cứ thế khiến ta bật dậy năng lượng vô cùng, vượt thoát lối mê, chìm ngập mộng mị khổ đau. Bao lầm lỡ gian truân lạc bước, ngập cơn mê một thuở đi hoang, bao mộng mị ta chừ buông xuống hết, gió ngàn bay ấp ủ đóa hoa thiền.

Để đến được từng không tịch lặng đó, nơi không có mặt của đối đãi nhị nguyên, nơi không còn những ý thức tâm tư hủy diệt, chẳng còn quan niệm sai sử lập bày. Bỏ buông những xúc tác biến động, những thẩm tra biến thể, thân tâm ngôn hành không phù hợp, tất cả đều phải chuyển hóa đổi thay, xóa nhòa dứt tuyệt. Chỉ có sự mở lối nhập vào tâm năng vi diệu, của tuệ giác hiển bày, mới có thể trông thấy rõ ràng đích thực nguồn cơn, rõ biết được ngọn ngành từng hiển hiện. Cho cùng, phải là như vậy và phải như vậy, thế thôi.

Thơ thiền, còn là sự phổ cập lặng thinh, lan tỏa không lời, vô ngôn thị thuyết, ẩn chứa những gì. Từ đâu đến đâu, điểm khởi thời gian, tung bay trên lối về, từ nơi cái tâm nhận biết, cái tâm giác ngộ, cái tâm lồng lộng thênh thang, cái tâm rộng mở vô cùng, cái tâm không ngần mé biên cương, không góc trời biên độ, không đối tượng nhận thức. Con người tử sinh, niết bàn chứng đắc, không nơi trụ bám, như gió thoảng mây bay, tâm lành ban trải. Nơi cái cõi thênh thanh lồng lộng không ngăn ngại, huyền diệu và nhiệm mầu, chặng đường để đi đến giác ngộ. Sự bùng vỡ của đỉnh cao tuệ giác là một chứng tích, ước nguyện không cùng, hay đó là kết quả tất nhiên tự nhiên, do sự nỗ lực dụng công đêm ngày tìm về tuệ giác uyên nguyên, nuôi sống huệ mạng? Vay mượn ngôn từ tâm ý để biểu đạt, để tạm gởi một mớ tư duy, phân tích luận bàn, đâu và đâu là đâu, thì có phải dã tràng xe cát, nước chảy mây bay, qua cầu gió thổi, âm thanh ngôn ngữ vô thường?

Tìm đến tìm về, đâu mới là thực chất nhất như, đúng như tên gọi, nếu không khéo, lắm lúc lại là trò múa rối, hý luận, chẳng đâu là đâu chẳng có gì cả. Nơi cõi lung linh diệu vợi thăm thẳm tịch chiếu ấy, có đủ bản lĩnh để bước qua hiên ngang đi tới, trang bị đủ đầy kiến giải để khởi động khai thông mà không sợ rơi vào lầm lạc, có đủ tầm cỡ thẩm quyền cất cao ngẩng nhìn cao hứng? Nếu không, lại là một mớ mù tung rối rắm, bỏ được chỗ này điều này, lại nhảy vào chỗ khác, hỗn độn ngút ngàn, vòng đong đưa luẩn quẩn, có không mỏi mệt bế tắc.

Khúc ca chứng đạo, giây phút huy hoàng rực rỡ của Trúc Lâm Đại Sĩ, vượt ngàn khơi soi sáng cõi trời Nam, đưa đường dẫn lối cháu con hằng bao thế kỷ nay. Cư Trần Lạc Đạo, miên man thâm diệu vang vọng khôn nguôi, lời tỏ bày soi thấu càn khôn muôn thuở, thôi thúc gõ nhịp trên bến bờ tử sinh huyễn mộng. Ở đời mà vui đạo, sống trong thế gian mà tâm vẫn thong dong vượt thoát, ở nơi cơ cực lầm than nhưng vẫn nuôi lớn chí nguyện xuất trần thượng sĩ. Từ nơi đây, chỉ có tại đây, nơi này chốn này, từ nơi ta bà đau khổ này, mới cần đến niết bàn tịnh lạc, chỉ khi phiền não khổ đau hành hạ, mới cần đến hạnh phúc lạc an. Cư trần lạc đạo là một chứng ngôn, lời nói rõ ràng và chính xác.

Cư Trần Lạc Đạo Phú, gồm có 10 hội, dưới đây là hội thứ 6

Hội Thứ Sáu

Thực thế! Hãy sá vô tâm, tự nhiên hợp đạo. Dừng tam nghiệp mới lặng thân tâm; đạt một lòng thì thông tổ giáo.

Nhận văn giải nghĩa, lạc lài nên thiền khách bơ vơ; chứng lý tri cơ, cứng cát phải nạp tăng khôn khéo.

Han hữu lậu han vô lậu, bảo cho hay the lọt duộc thưng; hỏi đại thừa hỏi tiểu thừa, thưa thẳng tắt lòi tiền tơ gáo.

Nhận biết làu làu lòng vốn, chẳng ngại hề thời tiết nhân duyên; chùi cho vặc vặc tính gương, nào có nhuốm căn trần huyên náo.

Vàng chưa hết quặng, sá tua chín phen đúc chín phen rèn; lộc chẳng còn tham, miễn được một thì chay một thì cháo.

Sạch giới lòng, chùi giới tướng, nội ngoại nên Bồ tát trang nghiêm;

ngay thờ chúa, thảo thờ cha, đi đỗ mới trượng phu trung hiếu.

Tham thiền kén bạn, nát thân mình mới khá hồi ân; học đạo thợ thầy, dọt xương óc chưa thông của báo.

Thiền sư Thích Nhất Hạnh dịch

Ta có thể tạm diễn dịch theo ngôn ngữ bây giờ như thế này:

Thực tế, hãy để cho được vô tâm, thì tự nhiên mới hợp với lẽ đạo. Ba nghiệp (thân khẩu ý) tạm dừng, thì thân tâm mới vắng lặng, một lòng hiểu biết thì mới rõ những lời dạy bảo của chư tổ.

Căn cứ vào chữ nghĩa để giải thích, đôi khi sai lầm khiến cho khách thiền bơ vơ lạc lối, hiểu biết trực tiếp, nghiên cứu tìm tòi phải rõ ràng mới là người khôn khéo.

Khi thưa hỏi dù là hữu lậu hay vô lậu, lọt ra ngoài và không lọt ra ngoài được, chữ lậu là còn trong vòng luân hồi sanh tử, vô lậu: thoát được ra ngoài ba cõi, thì nên biết rằng chỉ có những gì bền chắc, mới còn đọng lại trên sàn, cột lại với nhau giữ gìn cho nhau, không phân biệt chê bai phiền trách, cỗ xe nhỏ hay lớn cũng phải trân trọng, chỉ là phương tiện đưa người qua bến giác.

Nhận diện và biết được mặt mũi đích thực xưa nay của mình, bản tâm thường xuyên tinh tường sáng rõ. Không ngại chướng duyên không nề khó nhọc một lòng quyết chí, chùi cho sạch tấm gương tâm thức, sáu căn tiếp xúc với sáu trần đừng để sinh ra ô nhiễm, bám bụi phiền não trần lao.

Vàng thau lẫn lộn, phải gặng đục lắng trong, dụng công mài dũa đêm ngày, chỉ còn lại vàng ròng không tạp chất, không tham đắm tiền tài danh vọng, chỉ cần biết đủ biết vừa thảnh thơi.

Giới lòng (tánh giới) tướng giới, trong ngoài đều phải thường xuyên lau chùi quét dọn sạch sẽ, thực tập hạnh nguyện bồ tát cao cả dấn thân cứu độ, lòng ngay tâm thẳng, mới là bậc hiền nhân quân tử, kính hiếu mẹ cha trung nghĩa vẹn toàn.

Tham cứu thiền học, tìm bạn hiền giao tiếp, thịt nát xương tan may ra mới đáp đền ân đức muôn một, tinh chuyên nghiền ngẫm học đạo, cho dù xương óc tấm thân này có tiêu tan cũng vẫn chưa đủ để đền đáp ơn Phật, ơn thầy tổ bạn hiền đã chỉ bảo cho ta con đường giải thoát cao đẹp.

Bài kệ kết thúc:

(Cư trần lạc đạo thả tùy duyên
Cơ tắc xan hề khốn tắc miên
Gia trung hữu bảo hưu tầm mịch
Đối cảnh vô tâm mạc vấn Thiền).

Dịch nghĩa:

“Sống giữa phàm trần, hãy tùy duyên mà vui với đạo
Đói thì ăn, mệt thì ngủ
Trong nhà sẵn của báu đừng tìm đâu khác,
Đối diện với cảnh mà vô tâm, thì không cần hỏi Thiền nữa”.

Dịch thơ:

Cõi trần vui đạo, hãy tùy duyên
Đói cứ ăn no, mệt ngủ yên,
Báu sẵn trong nhà, thôi khỏi kiếm
Vô tâm trước cảnh, hỏi gì Thiền.

Huệ Chi dịch
Thơ Văn Lý Trần tập 2 Quyển Thượng trang 510

BÌNH GIẢNG

Cư trần lạc đạo thả tùy duyên

"Nếu muốn thực tập theo tinh thần Cư Trần Lạc Đạo, tức là ở trong chốn bụi bặm mà có hạnh phúc với chánh pháp thì phải biết áp dụng nguyên tắc tùy duyên. Tùy duyên tức là ta phải hội nhập vào hoàn cảnh đó mà đừng có đòi hỏi điều kiện này hay điều kiện khác. Tùy duyên là tùy theo những điều kiện đang có đó, đừng có nói rằng: "Nếu không có những điều kiện này thì tôi sẽ không ở đây! Tôi sẽ không có hạnh phúc." Nói như vậy là không có tùy duyên. Phải biết chấp nhận và hạnh phúc với những điều kiện sẵn có, gọi là tùy duyên. Chỉ cần biết chấp nhận là thấy khoẻ liền, là lạc đạo liền. Nếu không biết chấp nhận thì đi đâu ta cũng không có hạnh phúc. Đó là nguyên tắc đầu của Cư Trần Lạc Đạo.

Cơ tắc xan hề khốn tắc miên

Đây là nguyên tắc thứ hai: Đói thì ăn, khát thì uống. Cái chữ đói ăn khát uống trong thiền môn không có nghĩa là mình sống theo cái bản năng của mình đâu. Nếu ai hiểu như vậy là chết thiền! Đói ăn khát uống tức tức là ta phải thật sự ăn, ta phải thật sự uống. Tại vì đã có những người chết khát ở bên bờ sông. Chúng ta mỗi người đều có những nhu yếu đích thực, và tu tập trước hết là tìm ra được những nhu yếu nào là những nhu yếu đích thực của mình, như là đói thì phải ăn, khát thì phải uống. Tại vì có những nhu yếu không đích thực, ta có thỏa mãn nó hay không thỏa mãn nó cũng không có quan trọng. Mà đôi khi chạy theo những nhu yếu không đích thực này, chúng ta còn làm tan nát cuộc đời của chúng ta. Những cái không cần mà chúng ta cứ tưởng là cần rồi chạy theo chúng thì mất hết đời của chúng ta, mà nắm được chúng trong tay thì chúng làm bỏng tay ta, phá tan cơ thể và tâm hồn của chúng ta. Đó là những nhu yếu không đích thực.

Khi thấy được những nhu yếu nào là đích thực và những nhu yếu nào là không đích thực thì ta đã đi một bước khá lớn ở trên con đường tu học rồi. Phải quán chiếu để thấy cho rõ những nhu yếu đích thực của mình. Và khi quán chiếu thấy được đó là nhu yếu cần thiết để có được vững chãi, có thảnh thơi, có an lạc, thì tự nhiên ta sẽ thực tập theo nguyên tắc đói ăn khát uống. Tức là hằng ngày ta chỉ ăn và uống cái đó thôi, còn thì ta từ chối tất cả những cái khác. Ta cần vững chãi, ta cần thảnh thơi, ta cần an lạc, thì ta phải biết bản chất và phương pháp để làm thỏa mãn những nhu yếu đó của ta. Khi nào buồn thì ta biết làm thế nào để cho bớt buồn, khi nào giận thì ta biết làm thế nào để cho bớt giận, khi nào cô đơn thì ta biết làm thế nào để cho hết cô đơn, khi nào thiếu vững chãi thì ta biết làm thế nào để đem vào tâm hồn mình những chất liệu vững chãi… Đó là đói ăn khát uống. Nếu không có đói thì đừng có ăn, ăn vào là chết đó! Nếu không khát thì đừng có uống, uống những cái đó vào là chết!

Gia trung hữu bảo hưu tầm mịch

Đây là nguyên tắc thứ ba: Trong nhà chúng ta đã sẵn có châu báu, đừng có đi tìm ở đâu xa nữa. Gia trung là trong nhà. Hữu bảo là có châu báu. Hưu là ngưng lại. Tầm mịch là tìm tòi, tìm kiếm. Đừng có chạy đi đâu để tìm kiếm nữa hết vì những cái ta cần đã có sẵn ở trong ta rồi.

Đối cảnh vô tâm mạc vấn thiền

Đối cảnh vô tâm là nguyên tắc thứ tư. Cảnh là những cái gì đang xảy ra ở trước mặt ta. Những gì xảy ra trong cuộc sống hằng ngày của ta thì ta phải biết đáp ứng lại với những sự kiện đó bằng thái độ vô tâm. Vô tâm không có nghĩa là không có chánh niệm. Theo phương pháp tu chánh niệm là cái gì đang xảy ra thì ta biết là cái gì đang xảy ra, đang xảy ra trong lòng ta hay đang xảy ra xung quanh ta, và ta phải ý thức được nó với phương pháp vô tâm. Vô tâm ở đây có nghĩa là không vướng mắc cũng không chán ghét. Tức là ta không bị vướng vào trong hai cực: tham đắm và chán ghét. Chán ghét là một thái cực và tham đắm là một thái cực khác. Một bên là dính như múi mít, một bên là sợ bỏ chạy, thoát ra khỏi cả hai cực này thì tự nhiên ta sẽ có an, có lạc. Cái đó gọi là xả. Đó là chất liệu của tự do. Nếu ta muốn thật sự có hạnh phúc, có tự do thì ta phải có thái độ vô tâm. Đối cảnh vô tâm mạc vấn thiền: nếu ta có thể đối cảnh vô tâm thì đừng có hỏi tới thiền làm gì nữa! Ta đã nắm thiền quá vững rồi. Mạc vấn thiền là đừng có hỏi về thiền nữa.

Nếu chúng ta có thể làm được bốn nguyên tắc trên thì hỏi về thiền làm gì nữa"!

Thiền Sư Thích Nhất Hạnh bình giảng, sách Trái Tim Của Trúc Lâm Đại Sĩ

Cư Trần Lạc Đạo, là một bài phú do chính Tổ ghi lại phương pháp tu tập cùng năng lực chứng đắc giác ngộ. Nội dung chứa đựng cả một triết lý thực dụng, còn là một bản tuyên ngôn, một thông điệp mở đường khai lối, dẫn dắt chúng ta theo đó tìm tới đỉnh cao của an lạc giải thoát. Những lời chứng ngôn từ nơi tuệ giác rộng sâu tròn đầy, chứa đựng nội tâm siêu thoát viên mãn, tư tưởng ngôn hành tỏa sáng lồng lộng rực rỡ, trên bầu trời quê hương dân tộc. Đêm ngày nhắc nhở nhắn bảo con cháu chúng ta, cùng nhau tìm tới sự an lạc hạnh phúc đích thực ở ngay trong cuộc đời này. Tổ trao cho chúng ta lời kinh tuệ giác, một báu vật quý giá vô cùng, giải phóng con người ra khỏi khổ đau về với tánh giác thường hằng. Tổ gởi đến cho chúng ta chiếc la bàn định hướng, vô cùng thiết yếu, giữa cuộc thương đau mờ mịt, chìm đắm trong thế giới thống khổ, của hôm nay và ngày mai. Khiến cho ta nhận chân ra được con đường mình phải đi phải bước tới, thức tỉnh trên mọi trôi nổi nhọc nhằn ràng buộc phủ vây, với sự quyết lòng dấn thân ra tay cứu độ chính mình và tha nhân, tâm từ ban rải khắp chốn mọi nơi cùng hưởng lợi lạc.

Lòng nguyện với lòng, tâm quyết cùng tâm, phải ra công gắng sức hoàn thành sứ mạng giải thoát cao cả, bởi lẽ những gì chúng ta đang trực diện đang cưu mang, đầy dẫy sự đau khổ bất an ngày đêm nung nấu. Nó hiện hữu thường xuyên ở đó, nó nằm chình ình ngay đó, ngay trong tâm thức mỗi một chúng ta, không cách gì trốn chạy được, nên phải mạnh dạn hiên ngang đối diện giải quyết.

Vì vậy, dù có được hạnh phúc hay khổ đau, niết bàn hay sanh tử, mê mờ hay tỉnh thức, tất cả điều đó dù thế nào chăng nữa, thì cuộc sống này, cuộc đời này đều phải được vận hành, dù ta có đồng ý hay không cũng phải mặc nhiên chấp nhận. Khi ta hoán chuyển đổi thay làm một cái gì mới khác, thì cũng phải tác động ở ngay cái phút giây hiện tại bây giờ, ở tại đây, nơi trần gian và con người này.

Như vậy ngoài cuộc đời này, còn nơi đâu chốn nào để ta giải quyết một cách rốt ráo những vấn đề buồn vui đau khổ hạnh phúc của chúng ta, những chuyện của riêng ta, thuộc về ta, do chính ta tác tạo. Ngoài trần gian này cõi đời này, ở tại đây nơi chốn này, thì còn có nơi nào chốn nào hợp lý, hơn thích hợp hơn, để ta có thể giải quyết một cách trọn vẹn và rốt ráo?

Chờ đợi ngày mai ngóng trông ngày mốt, mới chịu thực hiện, nhiều khi cũng đã trở thành quá khứ ray rứt tiếc nuối rồi vậy. Có ai đủ thẩm quyền để bảo đảm cho một ngày mai, không có điều gì chuyện gì sẽ phải xảy ra? Vô thường chưa lấn bước, sự nghiệp vẫn huy hoàng, thân tâm chưa suy giảm sức mẻ, gia đình vẫn yên vui an ổn, hạnh phúc vẫn thăng hoa? Cũng chỉ là một sự đánh lừa của ý thức, một cú chơi đẹp của ảo tưởng mà thôi. Sự thật là tất cả đều có mầm mống bóng dáng của vô thường khổ đau, lúc ẩn lúc hiện, bao giờ và lúc nào cũng có mặt, chỉ tại ta chưa chịu hay không dám nhìn. Chỉ một hơi thở vào mà không có ra thì đã khác rồi, thuộc về quá khứ về với cái dĩ vãng đau khổ tiếc nuối rồi, nghìn trùng xa cách, mấy độ quan san, người đã đi rồi. Nhưng hầu hết chúng ta lại xem thường lơ đễnh bỏ qua, việc lớn của vô thường sống chết chưa cho là quan trọng, chưa chịu quay đầu là bờ, chưa chịu buông xuống những gì mình đang cố cầm nắm giữ. Dù biết đó là hư ảo huyễn mộng không thật, không có gì chắc chắn nhưng vẫn không chịu buông là tại làm sao?

Thông thường khi có trái duyên nghịch cảnh bất như ý không vừa lòng, ta sẵn sàng kéo hai chữ vô minh để thế vào, ta lý luận vì vô minh nên che mờ tâm trí, vì vô minh dẫn lối đưa đường, nên mới bị lầm lạc mới khổ mới đau. Đồng ý và rõ ràng là do vô minh, nhưng vấn đề nằm ở chỗ, đó là tính cách suy nghĩ và nhận diện mọi vấn đề của chúng ta cần phải điều chỉnh lại, đây là điều cần phải thẩm định suy xét lại một cách rõ ràng và dứt khoát.

Có thật sự là ta biết mình đang sống với vô minh, tự nguyện để cho vô minh đêm ngày chi phối lũng đoạn? Để cho tham sân si được dịp rủ rê lôi cuốn xúi dục tác yêu tác quái? Hay ta sử dụng hai chữ vô minh ấy như một sự thế vào, do vì tại vì, nghĩa là có muôn ngàn lý do, và lý do cũng nghiêng phần hơn về mình, đổ lỗi chạy quanh chối tội đổ thừa, hay đó thuộc về cái tính cách sống, bản năng bản tánh sẵn có ở trong ta và vốn dĩ như thế?

Đấng giác ngộ, bậc cổ đức đã từng dạy bảo nhắc nhở, đã từng vì ta mà hy sinh gian khổ, nhưng chúng ta có chịu làm theo nghe theo, hay cứ mải miết tìm cầu hướng vọng, thật giả khó phân, chấp ngã chấp pháp, chạy theo huyễn tướng hư danh. Đêm ngày chỉ lo tích chứa phiền não khổ đau, thân tâm đong đầy những thói hư tật xấu, sống với bản tính bản năng bất thiện, cung phụng cho bản ngã đủ đầy, sống với ảo tưởng hoang tưởng, đổ thừa, than thở trách móc trở thành một thứ tâm bệnh, trở thành một thứ cá tính bản năng, hết đẩy cho vô minh thì lại đổ thừa tại nghiệp, và đây chính là cái bản lĩnh và sở trường của ta, và đây cũng chính là nguyên nhân dẫn ta chìm dài chìm mãi trong ngút ngàn biến động khổ đau triền miên chưa có lối thoát không thấy lối ra, chưa cam lòng dứt được.

Vậy thì, do ta hay do hoàn cảnh, bên trong ta hay bên ngoài sai khiến đẩy xô, thuộc về nội tính hay ngoại tính, y báo chánh báo? Cho cùng những điều đó lại là vấn đề của chính ta riêng ta cho ta và thuộc về ta, vì tâm ta làm chủ, tâm ta tác tạo nên ta phải nhận lãnh hậu quả những gì mình tạo nên, vì đây là định luật nhân quả bình đẳng và công bình nhất.

Ở nơi trần gian quán trọ này, có cái gì để cho ta vui thú, có điều gì để cho an lạc thảnh thơi, có gì để ta phải lưu luyến đêm ngày, có thứ gì để cho ta cứ mải miết hy vọng? Có cuộc vui nào không tàn, có hạnh phúc nào không chia ly, có sự hiện hữu nào mà không bị biến dạng, biến chất. Vậy thì rốt cuộc Tổ Trúc Lâm bảo ta "cư trần lạc đạo" là làm sao? Tại sao Tổ không dạy "quên trần lạc đạo"? Tại ngôn ngữ chữ Nôm như thế, hay cư trần lạc đạo, mới là tâm ý của Tổ? Cho cùng, cư trần hay quên trần cũng đều nói lên một điều, là cái hiện tại và bây giờ ở đây, mới là điều đáng nói đáng được giải quyết trân trọng.

Nhưng bằng cách nào và bao giờ ta mới thật sự nhận biết một cách tinh tường rằng cần phải thực nghiệm như thế vì không còn cách gì hơn. Chạy trốn tìm cầu không dễ, nhắm mắt bịt tai cũng khó, kêu gào than khóc đổ thừa rốt cuộc cũng chẳng làm được gì. Vậy thì, ý thức một cách minh mẫn trọn vẹn rằng, sự hiện hữu của ta ở cuộc đời này, trần gian này là điều hẳn nhiên, do vì nghiệp lực chiêu cảm dẫn đưa.

Những gì do ta tạo tác từ trước đến nay, đều huân tập và tích luỹ dẫn đến kết quả tất nhiên như thế, vì đây là định luật nhân quả sòng phẳng và công bình. Phương pháp tuyệt vời nhất là phải đương đầu đối diện một cách dứt khoát rõ ràng và thấu hiểu, chuyển hóa đổi thay bằng sự chiêm nghiệm minh mẫn sáng suốt, dụng công một cách chuyên cần, tác tạo một cách chân thành viên mãn.

Ngoài những bậc tuệ giác, những hành giả có được năng lực giác ngộ, còn chúng ta phần nhiều tích chứa phiền muộn khổ đau, tâm tư đong đầy bất an biến động, chạy nhảy lăn xăn, nên khi chúng ta tìm hiểu và phân tích điều gì đều sử dụng đến tri thức, ngôn ngữ thông tục để biểu đạt. Trong sự chừng mực nào đó, thì tri thức của ta lại là nơi đong đầy vọng động não phiền, khổ đau thường xuyên gặm nhấm, tâm cảnh tích chứa những nổi trôi bất an dày xéo. Vì vốn dĩ như thế, nên chưa tìm thấy được giá trị đích thật của những mật ngôn thiền ngữ, chưa chịu ngồi yên lắng đọng để cho thân tâm đón nhận những năng lượng nhiệm mầu cao cả, chưa tạo cho mình cơ hội để được nuôi dưỡng thể nghiệm những hưng khởi từ nơi chân lý như thật lan tỏa.

Nếu chúng ta không chịu ngộ ra, bỏ buông, ngã chấp pháp chấp, không triệt tiêu xóa bỏ những mê mờ lầm than, không giải phóng ra ngoài mọi triền phược hệ lụy khổ đau. Không đẩy lùi những tiêu cực ngăn ngại, không chịu khai nguồn dòng chảy tự nhiên nơi suối nguồn vi diệu của tuệ giác, không tìm phương cách trở về với bản thể chân tâm, tự tánh giác ngộ thường hằng.

Nếu ta cứ mãi sống theo bản năng, chơi cùng với tập quán bản ngã, không một lòng chuyển hóa không chịu thay đổi, không tạo cơ hội để cho trí tuệ siêu việt bật dậy. Muôn kiếp ta vẫn phải nổi chìm, xuống lên trong ba cõi sáu đường, khổ đau từng phút từng giây, sống mãi trong đêm dài tăm tối của vô minh, cứ mải miết bám víu những phù phiếm giả tạm, tham sân si tha hồ chi phối lũng đoạn.

Đã đến lúc ta phải tìm về sống với tự tánh, sự trải nghiệm đúng nghĩa, sự nhận biết đích thực, cái bản thể sâu lắng huyền diệu của tâm, nơi nguồn cội của sự giác ngộ viên mãn. Trở về với tự tánh, là trở về với chơn tánh thường hằng, không bị chi phối bởi sanh diệt đang sẵn có trong ta, đang chờ ta đợi ta trở về, không bị ngăn ngại che mờ bởi vô minh, tuệ giác đong đầy soi sáng. Được như thế, thì lúc nào ta cũng được hạnh phúc an lạc, dù ở nơi đâu tâm cảnh nào, cũng đều được tự tại thảnh thơi, nhẹ gót phiêu bồng. Không cần phải đi đâu xa, kiếm tìm hướng vọng làm gì cho tâm tư mỏi mệt, ở tại đây mà lòng vẫn vui với đạo.

Bài Đắc Phú Lâm Tuyền Thành Đạo Ca, còn là khúc thinh âm vô tận lan tỏa, một sự đánh động càn khôn mở ra chân trời trinh nguyên lắng đọng. Từ trên đỉnh thâm uyên bỗng trở về lồng lộng, phổ nên giai điệu thường hằng, soi sáng bến bờ tử sinh mê vọng. Một sự chuyển tải trao truyền thể tánh giác ngộ, nhắc nhở chúng ta thường xuyên quán chiếu, thể nghiệm tư duy chính mình.

Từng lời từng chữ, từng âm ba giai điệu, sáng soi cuộc mộng phù du hư huyễn, từng mật ngôn hiển nở trên lối về trăng sao lấp lánh, đẩy lùi thói hư tật xấu văng xa. Từng lời ca điệp khúc, đánh động vào lòng người nốt nhạc vô thường có không tan hợp. Đâu đó, vẫn còn là một bí mật, một dấu hỏi to lớn chưa có lời giải đáp, ngoài cuộc mộng lữ thứ, những trôi nổi lầm than, trong ta có gì được gì? Cho cùng, chỉ có chính ta mới đủ thẩm quyền điểm mặt chỉ tên, chỉ có chính ta mới đủ năng lực giải quyết một cách thỏa đáng. Chỉ có chính ta mới có câu trả lời đúng nghĩa nhất, và chỉ có chính ta mới đủ công năng hóa giải thay đổi, vượt ra ngoài hệ lụy khổ đau, tìm tới bến giác.

Đắc Phú Lâm Tuyền Thành Đạo Ca

(Bài Ca Được Thú Lâm Tuyền Thành Đạo)

Sinh có nhân thân
Ấy là họa cả
Ai hay cốc được
Mới ốc là đã
Tuần này mà ngẫm
Ta lại xá ta
Đắc ý cong lòng
Cười riêng ha hả
Công danh chẳng trọng
Phú quý chẳng màng
Tần Hán xưa kia
Xem đà nhèn hạ
Yên bề phận khó
Kiếm chốn dưỡng thân
Khuất tịch non cao
Náu mình sơn dã

Vượn mừng hủ hỷ
Làm bạn cùng ta
Vắng vẻ ngàn kia
Thân lòng hỷ xả
Thanh nhàn vô sự
Quét tước đài hoa
Thờ phụng bụt trời
Đêm ngày hương hỏa
Tụng kinh niệm bụt
Chúc thánh khẩn cầu
Tam hữu tứ ân
Ta nguyền được hả
Niềm lòng vằng vặc
Giác tính quang quang
Chẳng còn bỉ thử
Tranh nhân chấp ngã
Trần duyên rũ hết
Thị phi chẳng hề
Rèn một tấm lòng
Đêm ngày đon đả
Ngồi cong trần thế
Chẳng quản sự thay
Vẳng vẳng ngàn kia
Dầu lòng thong thả
Học đòi chư Phật
Cho được viên thành
Xướng khúc vô sinh
Am thiền tiêu sá
Ai ai xả cốc

Bằng huyễn chiêm bao
Xẩy tỉnh giấc hòe
Châu rơi lã chã
Cốc hay thân huyễn
Chẳng khác phù vân
Vạn sự giai không
Tựa dường bọt bể
Đem mình náu tới
Cảnh vắng ngàn kia
Dốc chí tu hành
Giấy sồi vó vá
Lành người chăng chớ
Dữ người chăng hay
Ngậm miệng đắp tai
Hề chi họa cả
An thân lập mệnh
Thời tiết nhân duyên
Cắt thịt phân cho
Dầu là chim cá
Thân này chẳng quản
Bửa đói bửa no
Địa thủy hỏa phong
Dầu là biến hóa
Pháp thân thường trụ
Phổ mãn thái hư
Hiển hách mục tiền
Viên dung lõa lõa
Thiền tông chỉ thị
Mục kích đạo tồn

Không cốc truyền thanh
Âm hưởng ứng dã
Phô người học đạo
Vô số nhiều hay
Trúc hóa nên rồng
Một hai là họa
Bởi lòng vờ vịt
Trổ Bắc làm Nam
Nhất chỉ đầu thiền
Sát na hết cả.

Kệ rằng:

Cảnh tịch an cư tự tại tâm
Lương phong xuy đệ nhập tùng âm
Thiền sàng thu dạ nhất kinh quyển
Lưỡng tự thanh nhàn thắng vạn câm.

Dịch nghĩa:

Cảnh lặng, sống yên, lòng tự tại
Gió mát thổi đến dưới bóng cây thông
Giường thiền ở dưới gốc cây, kinh một quyển,
Hai chữ thanh nhàn quý hơn vạn nén vàng.

Dịch thơ:

"Sống yên giữa cảnh lặng lòng không
Gió mát hiu hiu lọt bóng thông
Dưới gốc, giường thiền, kinh một quyển
Thanh nhàn hai chữ đáng muôn đồng".

Huệ Chi dịch
Thơ văn Lý Trần tập 2 quyển Thượng trang 532 - 535

Bài Đắc Phú Lâm Truyền Thành Đạo Ca vô cùng tuyệt vời, ta có thể tạm diễn đạt theo ngôn ngữ bây giờ như sau:

Làm kiếp con người, luân hồi trôi nổi, phiền não sông mê, chìm trôi biển khổ, có thân lại khổ vì thân.

Là họa hay phúc, do mình quyết định, khổ đau muôn mặt cuộc đời, lầm than lạc lối, tự làm tự chịu.

Ai mà biết được, mình sẽ ra sao, sống chết thế nào, họa làm tự chịu.

Hiểu được như thế, sống trọn làm sao, mới là giác ngộ,

Suy đi nghĩ lại, thấy biết thế nào, chấm dứt niềm đau, xả ly tham dục,

Ấy là trọn nên đạo quả, ta lại xá ta, đồng đẳng giác ngộ.

Đạt ý hết lòng, trọn nên thành quả, riêng mình một cõi, tự tại gió mây

Đắc chí cười vang, thênh thang muôn lối, dạo bước ta bà, thảm hoa trải lối, cha chả là vui, tự mình hoan hỷ, tự mình thêm vui.

Công danh phú quý, bèo bọt mây trôi, sớm còn tối mất, có có không không, vướng lòng chi mệt.

Giàu sang cũng mặc, bệnh hoạn khổ đau, không chừa một ai, sao bằng nhẹ bước thong dong, chỉ cần biết đủ, từ bi ban trải, xài mãi không hao.

Tần Hán quyền uy một thuở, tranh dành cướp đoạt, rồi cũng tan hoang, vô thường bước tới, thành trụ hoại không, có ai nghịch lại?

Chỉ cần vượt qua, mới là thông tuệ, mới là tròn đầy, mới là cao thâm, mới là tự tại.

Bằng lòng chấp nhận, nghiệp quả cưu mang, than thở làm chi, mệt tâm hao trí, đừng tạo đừng tác, mới là đích thị, hết khổ lại vui.

Tìm nơi ẩn trú, an thân lập mạng, huệ phước đong đầy, nơi nơi chốn chốn, mặc sức dọc ngang.

Vắng lặng non cao, thâm sơn cùng cốc, giữ tâm bình lặng, đến chỗ rốt ráo, cho dù sấm nổ, cho dù đất nghiêng, có gì mà sợ.

Nương mình cư ngụ, tự tánh thường hằng, bản thể tịch nhiên, tỏa hương lộng gió.

Tâm chủ tràn đầy, khách trần tự diệt, thẳng tiến non cao, nương nhờ tự thân hải đảo.

Chuyển đổi đồng hành, làm bạn với ta, phiền não bồ đề, không một chẳng hai, đồng hành cư độ.

Gió mây sưởi ấm, trăng tỏ ngàn sao, vằng vặc lung linh, soi đường dẫn lối, bạn bè thắm thiết, cùng nhau vượt qua, bờ mê bến giác, nẻo về thân thương.

Vui mừng hoan hỷ, mỉm cười đắc ý, vô cùng hỷ hỷ, lòng vui như hội, mở lối ngàn hoa, hoan hỷ cái mà hỷ hoan.

Vô sự thánh nhân, ở đời vui đạo, con người giải thoát, rong chơi mấy độ, luân hồi an nhiên, thảnh thơi nhẹ bước.

Dọn sạch thân tâm, trang nghiêm kính cẩn, báo đáp thâm ân, đền ơn Phật tổ.

Đêm ngày phụng hiến, hương hoa tâm thành, lễ bái kính dâng.

Dốc lòng ngồi thiền, tụng kinh niệm Phật, tội từ vô thủy, đến tận hôm nay, thành tâm sám hối.

Cầu cho đất nước an yên, mưa thuận gió hòa, thánh quân an ổn.

Ba cõi luân hồi, (dục giới, sắc giới, vô sắc giới) tới lui lẫn lộn, hết xuống lại lên, qua lại chưa dứt. Đáp đền bốn ơn, cha mẹ thầy tổ, bạn hiền hiểu biết, quốc gia xã hội, muôn loài chúng sanh.

Cúi xin nương nhờ, thân tâm an ổn, trải lòng từ bi, phụng sự chúng sinh, dâng hiến cho đời, đóa hoa giác ngộ.

Cõi lòng trong sáng, tuệ giác hoa khai, tâm đăng thường chiếu, tỏ rõ muôn nơi.

Tánh giác viên thành, trí tuệ tỏa sáng, soi thấu nhân gian, đưa người bến giác.

Bặt hết âu lo, não phiền tắt lịm, không khởi phân biệt, lòng hết đắn đo.

Tranh giành chấp chặt, giành giật hơn thua, khổ đau tìm tới.

Trần duyên buông bỏ, xả ly thảnh thơi, lòng nhẹ thân an.

Hơn thua chẳng màng, vứt bỏ thị phi, đêm ngày ngơi nghỉ.

Lòng sáng tâm an, thảnh thơi nhẹ gót.

Đêm ngày gọi mời, tuệ giác bừng lên, hào quang chiếu diệu, sáng tỏ muôn phương.

Thế sự thăng trầm, lòng không vương vấn, quẳng gánh lo xa, thường tại một cõi.

Chẳng bận đổi thay, vô thường biến diệt, đến đi chẳng màng, vốn dĩ như thế, có gì lo toan, thảnh thơi chân thường.

Lắng nghe thong thả, chân tâm tỏ bày, ngàn hoa khoe sắc, tha hồ thư thái, thần trí lung linh, ngàn sao lấp lánh.

Học hạnh chư Phật, bỏ tham sân si, quét sạch vô minh.

Niết bàn tịnh lạc, giác ngộ viên thành, cứu độ muôn loài.

Hát khúc vô sinh, không đến không đi, không còn không mất, chân thường vắng lặng, chẳng đến chẳng đi, bài ca giác ngộ, lối về muôn thuở, bất biến thường hằng.

Thảo am vắng lặng, cởi gió gọi mây, lòng trong tâm sáng.

Ai ai buông bỏ, giũ sạch trần lao, lòng như hư vô, thênh thang rộng mở.

Có không huyễn mộng, đến đi còn mất, tựa giấc chiêm bao.

Tỉnh giấc nam kha, vỡ mộng ta bà, tiếc thương rơi lệ.

Hiểu rõ thân này, như huyễn như sương, bọt bèo trôi nổi.

Sớm còn tối mất, vô thường réo gọi, như mây tan hợp.

Tất cả đều không, có gì nắm bắt, đạt nghĩa giai không.

Lúc ẩn lúc hiện, giống như bọt nước, tan biến tức thì.

Tới lui an nghỉ, về với chân tâm, thường hằng tự tánh.

Chọn nơi vô sự, gởi gắm tấm thân, nhẹ lòng không vướng,

Hết lòng trọn dạ, quyết chí tu mau, chấm dứt khổ đau, trăng thu vằng vặc.

Ăn mặc sơ sài, chỉ cần biết đủ, tha hồ hỷ hả.

Lành người cũng mặc, chẳng màng chẳng bận, lòng càng thảnh thơi, gót hài không vướng.

Xấu người chẳng hay, thị phi không biết.

Khóa miệng bịt tai, thấy nghe không tưởng.

Họa nào đến được, từ miệng hại thân, muôn sự do miệng, dệt

thêu lắm chuyện.

Thân an mệnh vững, mới là biết tu, thoát khổ trầm luân.

Bốn mùa hoa lá, duyên tụ duyên đi, hết duyên hết nợ, có gì lo sợ.

Xẻ thịt cắt da, biếu cho muôn loài, tâm từ ban trải.

Dù là chim cá, thí không thương tiếc, khởi niệm lạc an.

Lòng không o bế, tấm thân tứ đại, trả về với nó, chẳng tiếc chẳng vương.

Bữa đói bữa no, cũng xong một bữa, có gì tham đắm.

Đất nước gió lửa, kết hợp mà thành.

Biến hiện đổi thay, về với bốn thứ, là lẽ tự nhiên.

Chỉ khi nhận biết, pháp thân thường trụ, chấm dứt khổ đau, về miền tịch lặng.

Đầy khắp hư không, hằng sa phổ cập, thường tại như nhiên, an thân lập mạng.

Rõ bày trước mắt, thực tại nhiệm mầu, lồng lộng chân nguyên.

Tròn đầy viên mãn, phủ khắp càn khôn, soi tỏ muôn phương.

Ý chỉ thiền tông, rốt ráo chuyên cần, tâm linh chiếu diệu, khắp cùng hư không.

Nháy mắt đạo còn, truyền tâm ấn chứng, đạt ngộ tức thì.

Âm vang thông thoáng, tuệ giác tròn đầy, diệu âm vang vọng, dứt tuyệt càn khôn.

Học đạo đầy khắp, chạy theo phong trào, đánh trống khua chiêng, hét la ầm ĩ.

Vượt sóng vũ môn, cá chép hóa rồng, hạt gạo trên sàng, một lòng cầu đạo.

Tính tới tính lui, nắm được yếu chỉ, chẳng có là bao.

Bởi lòng còn vướng, mê muội chưa thông, nên mãi lông bông.

Chỉ Bắc trông Nam, tâm không ngừng lặng, trông chờ ngóng đợi.

Nhất chỉ đầu thiền, hết lòng thiền quán, hạnh nguyện tinh chuyên.

Sát na mất hết, vô thường cướp sạch, lại hoàn trắng tay.

Để cất lên được lời ca tiếng cười thanh thoát, hóa thành năng lực bi mẫn dưỡng nuôi thân tâm, thấy được sắc màu trần gian chỉ là huyễn mộng, trong ta phải có định lực vô cùng, sự trải nghiệm thâm sâu nhập vào tánh giác thường tại. Để có được cuộc đời đáng yêu đáng sống, không lo sợ vô thường tước đoạt, không bị não phiền quấy nhiễu, đòi hỏi năng lực tu tập trong ta đủ đầy trọn vẹn, hạnh nguyện sâu dày tinh chuyên. Nhờ sự nhận biết rõ ràng, bản chất đích thật thường tại của các pháp, nên mới tự tại thong dong, sống giữa đời vui với đạo.

Vắng lặng lòng không tâm tự tại, "*cảnh lặng, sống yên, lòng tự tại*".Còn đâu bờ mê lối mộng, não phiền đêm ngày gặm nhấm, đâu là tử sinh ảo ảnh, đâu là công danh phú quý, tranh dành tước đoạt, lên thác xuống ghềnh, chạy nhảy lăng xăng, vô thường lấn lướt? Tất cả khắc ghi trong lòng, chôn dấu vào tim, tìm phương vượt thoát, hay chỉ là hoa lá rụng bay, chợt đến chợt đi, tàn dư rơi rụng ngày về trú ngụ, giọt buồn giọt đắng thấm vào hồn rót vào tim.

Được và mất, có và không, đến và đi là những gọi mời hay là niềm khắc khoải âu lo, là những trôi nổi vô vàn hay chỉ là điểm dừng thoáng chốc. Tình cờ ghé thăm rồi lại rủ bỏ ra đi, tìm cách trốn chạy, đêm ngày trăn trở đau khổ lãng quên? Đâu đó, như những tắc ngang chết lịm chấm hết, như những vì sao rơi rụng, nhịp đập của thời không trên lối mòn tâm thức. Một chốc một dạo, đôi khi đã là nghìn trùng xa cách, mấy độ luân hồi, mấy dịp lạc loài, đầu sông cuối phố. Đâu đó, cơ cực lầm than khóc cười trên vạn nẻo. Làm sao để được thân an tâm ổn, cõi lòng vắng lặng nhẹ tênh, mới là ý đạo, mới là lối về, mới là lạc an hạnh phúc đích thực.

Khúc ca chứng đạo, vẫn miên man tuôn đổ, vẫn bàng bạc hương xưa, vẫn đưa người vượt sông mê bể khổ, vẫn nhắc nhở gởi trao lối về chốn cũ, tắm mát dòng nước thanh lương, dập tắt bao lửa phiền đốt cháy, thức tỉnh bao mộng mị, hằng mấy thế kỷ nay. Lời ca đong đầy trí tuệ ấy, đêm ngày dẫn đường soi lối cho ta, thoát khỏi màn đêm tăm tối, về với ánh sáng giác ngộ thường hằng. Khúc cùng tuyệt chứng đạo ấy, mở ra phương trời thong dong tự tại, khiến cho ta cùng sánh bước hiên ngang lên đường chuyển hóa, đổi mới cuộc lữ.

Cùng nhau gõ nhịp hát khúc thinh âm, cùng nhau tiến bước xóa nhòa mê lộ ngăn chia. Cùng nhau thắp sáng tâm tư đẩy lùi vô minh, cùng nhau đi vào biển tuệ sống đời an nhiên. Cùng nhau trổi nhịp cất lời diệu âm, lên đường sáng soi bờ mê lối mộng. Cùng nhau hướng thiện đổi mới thăng hoa tìm về giải thoát, cùng nhau nối kết vòng tay thân thương, mở hội lên đường. Cùng nhau phá dẹp phiền não si mê, lầm than lạc lối, cùng nhau trở về tự tánh quang minh, thường hằng muôn thuở.

Hai câu cuối của bài thi kệ, ôi! Tuyệt vời làm sao, thảnh thơi tự tại an lạc làm sao. Độc đáo nhất là thanh nhàn, chẳng vương vấn, chẳng bận lòng, chấm dứt mọi lo toan suy nghĩ, lặng yên bình thản, giữa biển đời trôi nổi "*Dưới gốc, giường thiền, kinh một quyển. Thanh nhàn hai chữ, đáng muôn đồng*".

Chừng đó cũng đủ, chỉ cần kinh một quyển, đêm ngày dụng công ra sức tu tập, cứ thế tự tại an lành, cứ thế mặc nhiên đất trời ấm lạnh, cứ thế bốn mùa hoa nở, cứ thế vô tung vô ảnh, nhẹ bước thong dong, về cõi chân thường vô sanh bất diệt.

www.ingramcontent.com/pod-product-compliance
Ingram Content Group UK Ltd.
Pitfield, Milton Keynes, MK11 3LW, UK
UKHW041853190726
13854UKWH00002B/872